ANG ULTIMATE ISLAS AKLAT NG PAGLULUTO

100 Recipe Mula sa Indian, Atlantic, at Pacific Ocean Islands

Susana Muñoz

Copyright Material ©2024

Lahat ng Karapatan ay Nakalaan

Walang bahagi ng aklat na ito ang maaaring gamitin o ipadala sa anumang anyo o sa anumang paraan nang walang wastong nakasulat na pahintulot ng publisher at may-ari ng copyright, maliban sa mga maikling sipi na ginamit sa isang pagsusuri. Ang aklat na ito ay hindi dapat ituring na kapalit ng medikal, legal, o iba pang propesyonal na payo.

TALAAN NG MGA NILALAMAN

TALAAN NG MGA NILALAMAN 3
PANIMULA 7
KARAGATANG ATLANTIKO 9
    1. IGISA ANG SARIWANG ATLANTIC SALMON 10
    2. ATLANTIC PAGKAING-DAGAT PAELLA 12
    3. THIEBOUDIENNE/CHEBU JËN 14
    4. KLASIKONG NEW YORK KABIBE TSAUDER 17
    5. ATLANTIC COD ISDA TACOS 19
    6. PRITONG TALABA 21
    7. SHERRY HIPON 23
    8. ATLANTIC ASUL CRAB KEIK 25
    9. HIPON TOAST 27
    10. ATLANTIC SWORDISDA KEBAB 29
    11. SPINACH AT FETA BALUTIN NG ALMUSAL 31
    12. MEDITERRANEAN TUNA AT PUTI SITAWSALAD 33
    13. INIHURNONG SALMON 35
    14. ATLANTIC ASULISDA CEVICHE 38
    15. IGISA NG HIPON AT KANGKONG 40
    16. TRAIL MIX 42
    17. INIHAW NA ATLANTIC SALMON 45
    18. ATLANTIC KABIBE LINGUINE 47
    19. ATLANTIC LOBSTER GUMULONG 49
KARAGATANG PASIPIKO 51
    20. PACIFIC AHI POKE MANGKOK 52
    21. PACIFIC HALIBUT TACOS 54
    22. PACIFIC SALMON TERIYAKI SKEWERS 56
    23. PACIFIC DUNGENESS CRAB SALAD 58
    24. PACIFIC PAELLA 60
    25. PUTING ISDA CEVICHE 63
    26. MAANGHANG NA ADOBONG CEVICHE 65
    27. ITIM KABIBE CEVICHE 67

28. Trucha a la Plancha/Grilled Trout 70
29. Parihuela/Pagkaing-dagat Sabaw 72
30. Hipon Tsauder 75
31. Tsauder ng Isda 78
32. Pagkaing-dagat **Kanin** 81
33. Adobong Isda 84
34. Lila maisPudding 87
35. Coca Tsaa 89
36. Quinoa Pudding 91
37. Pritong Plantain 93
38. Yuca Fries 95
39. Lima Sitaw sa Cilantro Sarsa 97
40. Nilagang Tupa 99
41. Adobo/Adobong baboy nilagang 102
42. Inihaw na Puso ng KarneMga tuhog 104

KARAGATANG INDIAN 107

43. Chevda 108
44. Kenyan Nyama Choma 111
45. Nilagang karne ng isda 113
46. Luyang alak 115
47. Masala Omelette 117
48. Ch ai Palamigan 119
49. Paratha na pinalamanan ng kuliplor 121
50. Tinapay na Pinalamanan ng Spinach 124
51. Malasang Bitak na Trigo na may Cashews 126
52. Chai Pinalasang mainit na tsokolate 129
53. Chickpea Harina Crêpes 131
54. Krema ng Trigo Crêpes 134
55. Masala Tofu Pag-aagawan 137
56. Matamis na Pankeik 139
57. Sinigang na Chai Gatas 141
58. Pampalasa Stovetop Popcorn 143
59. Inihaw na Masala Kulay ng nuwes 145
60. Chai-Pampalasa Inihaw na Almendrasat Cashews 147
61. Mga Inihurnong Veggie Squares 149
62. Chai Pampalasa Inihaw Kulay ng nuwes 152

63. Inihaw Talong Dip 154
64. Pampalasa Kamote Patties 157
65. Mga Sandwich ng Veggie Salad ni Sharon 160
66. Soy Yogurt Raita 162
67. Pampalasa Tofu, at Tomatoes 164
68. Cumin Patatas Sumira 167
69. Buto ng Mustasa Patatas Sumira 169
70. Repolyo na may Buto ng Mustasa at Niyog 171
71. String Sitaw na may Patatas 173
72. Talong na may patatas 175
73. Pangunahing Gulay na Curry 178
74. Masala Brussels Umusbong 180
75. Mga Beet na may Buto ng Mustasa at Niyog 182
76. Grated Masala Squash 184
77. Kaluskos ng Okra 186
78. Pampalasa Berde Sabaw 189
79. Patatas, Kuliplor at Tomato Curry 191
80. Pampalasa Lentil Sabaw 193
81. Tomato at Cumin Sabaw 195
82. Pampalasa Kalabasa Sabaw 197
83. Pampalasa Tomato Rasam 199
84. Coriander at Mint Sabaw 201
85. Kalabasa Curry na may Maanghang na buto 203
86. Tamarind Isda Curry 205
87. Salmon sa Saffron-May lasa Curry 207
88. Okra Curry 209
89. Gulay na Coconut Curry 211
90. Repolyo Curry 213
91. Kuliplor Curry 215
92. Kuliplor at Patatas Curry 217
93. Kalabasa Curry 219
94. Magprito ng Gulay 221
95. Tomato Curry 223
96. Puti Gourd Curry 225
97. Pinaghalong Gulay at Lentil Curry 227
98. Katas ng Pineapple-Ginger 229
99. Passion Prutas Katas 231

100. TILAPIA FRY 233
KONGKLUSYON **236**

PANIMULA

Sumakay sa isang culinary voyage sa malawak at magkakaibang karagatan gamit ang "Ang Ultimate Islas Aklat ng pagluluto," isang koleksyon na naghahatid sa iyo ng 100 magagandang recipe mula sa mga isla ng Indian, Atlantic, at Pacific Ocean. Ang aklat ng pagluluto na ito ay ang iyong pasaporte sa masaganang tapiserya ng mga lasa na tumutukoy sa mga gastronomic na kababalaghan ng mga isla na nakakalat sa malalaking karagatang ito. Samahan kami habang ipinagdiriwang namin ang pagkakaiba-iba, tradisyon, at natatanging karanasan sa pagluluto na ginagawang isang tunay na kayamanan ang lutuing isla.

Isipin ang basang-araw na mga dalampasigan, ang maindayog na tunog ng mga alon ng karagatan, at ang makulay na mga pamilihan na puno ng sariwa at tropikal na sangkap. Ang "Ang Ultimate Islas Aklat ng pagluluto" ay hindi lamang isang koleksyon ng mga recipe; ito ay isang paggalugad ng mga natatanging panlasa na nagmumula sa pagsasama-sama ng mga kultura, tanawin, at ang kasaganaan ng mga karagatan. Pinangarap mo man ang mga pagkaing puno ng pampalasa mula sa Indian Ocean, ang pagkaing-dagat ay natutuwa mula sa mga isla ng Atlantiko, o ang mga tropikal na lasa ng mga isla sa Pasipiko, ang mga recipe na ito ay ginawa upang dalhin ka sa gitna ng pamumuhay sa isla.

Mula sa mga aromatic curry hanggang sa mga inihaw na pagkaing-dagat feast, at mula sa mga nakakapreskong cocktail hanggang sa dekadenteng dessert, ang bawat recipe ay isang pagdiriwang ng natatanging culinary heritage ng mga isla. Nagpaplano ka man ng isang tropikal na kapistahan, muling nililikha ang mga paboritong pagkain sa bakasyon, o naghahangad lamang na magdagdag ng kakaibang talino ng isla sa iyong pang-araw-araw na menu, ang "Ang Ultimate Islas Aklat ng pagluluto" ay ang iyong mapagkukunan para sa pagkuha ng esensya ng isla na naninirahan sa iyong kusina.

Samahan kami sa pagsisid sa mga karagatan, tuklasin ang makulay na mga kultura ng buhay isla, at tikman ang mga pambihirang lasa na ginagawang hindi malilimutang karanasan ang island cuisine. Kaya, ipunin ang iyong mga kakaibang pampalasa, yakapin ang pagiging bago ng mga tropikal na prutas, at magsimula tayo sa isang paglalakbay sa pagluluto sa pamamagitan ng "Ang Ultimate Islas Aklat ng pagluluto."

KARAGATANG ATLANTIKO

1.Igisa ang sariwang Atlantic salmon

MGA INGREDIENTS:
- 3 Mga filet ng salmon
- 1 kutsara mantikilya
- ¼ kutsarita asin
- ½ tasa tinimplahan na harina
- 1 kutsara Diced na kamatis
- 1 kutsara Diced berdeng sibuyas
- 1 kutsara Hiniwang kabute
- 2 kutsara Puti cooking wine
- ½ Katas ng isang maliit na lemon
- 2 kutsara Malambot na mantikilya

MGA TAGUBILIN:
a) Gupitin ang salmon sa manipis na hiwa. Timplahan ng asin ang salmon at i-dredge sa harina.
b) Mabilis na igisa ang mantikilya sa bawat panig at alisin. Magdagdag ng hiniwang mushroom, kamatis, berdeng sibuyas, lemon katas, at puti wine.
c) Bawasan ang init ng halos 30 segundo. Haluin ang mantikilya at ihain ang sarsa sa ibabaw ng salmon.

2. Atlantic Pagkaing-dagat Paella

MGA INGREDIENTS:
- 1 tasang Arborio **kanin**
- 1/2 lb na hipon, binalatan at hiniwa
- 1/2 lb mussels, nilinis
- 1/2 lb pusit, nilinis at hiniwa
- 1 sibuyas, diced
- 2 kamatis, tinadtad
- 3 cloves ng bawang, tinadtad
- 2 tasang sabaw ng manok
- 1 kutsarita na mga sinulid ng safron
- 1/2 kutsarita pinausukang paprika
- Asin at paminta para lumasa

MGA TAGUBILIN:
a) Sa isang paella pan, igisa ang sibuyas at bawang hanggang lumambot.
b) Magdagdag ng mga kamatis, kanin, safron, at paprika, pagpapakilos ng 2 minuto.
c) Ibuhos sa sabaw ng manok at pakuluan.
d) Ayusin ang hipon, tahong, at pusit sa ibabaw ng kanin.
e) Takpan at lutuin hanggang lumambot ang kanin at maluto ang pagkaing-dagat.

3. Thieboudienne/Chebu jën

MGA INGREDIENTS:
- 2 pounds Buong isda (o fillet, tingnan ang mga variation), nilinis
- 1/4 tasa ng Parsley, pinong tinadtad
- 2 o 3 Hot chile peppers, pinong tinadtad
- 2 o 3 cloves Bawang, tinadtad
- Asin at paminta, sa panahon
- 1/4 tasa Peanut, red palm, o vegetable oil
- 2 sibuyas, tinadtad
- 1/4 tasa tomato paste
- 5 tasa Stock o tubig
- 3 karot, gupitin sa bilog
- 1/2 ulo ng repolyo, gupitin sa mga wedges
- 1/2 pound Kalabasa o winter squash, binalatan at ni-cube
- 1 talong, nakakubo
- 2 tasang Bigas
- Asin at paminta, sa panahon
- 3 Lemon, gupitin sa mga wedges

MGA TAGUBILIN:

a) Banlawan ang isda sa loob at labas ng malamig na tubig at patuyuin. Gupitin ang tatlong dayagonal na mga hiwa na humigit-kumulang 1/2 pulgada ang lalim sa bawat panig ng isda.
Paghaluin ang tinadtad na perehil, sili, bawang, asin at paminta at ilagay ang timpla (tinatawag na roff) sa mga hiwa sa isda.

b) Init ang mantika sa isang malaki at malalim na kaldero sa medium-high na apoy. I-brown ang isda sa magkabilang panig sa mainit na mantika at alisin sa isang plato.

c) Idagdag ang tinadtad na mga sibuyas sa mainit na mantika at igisa hanggang maluto at nagsisimula pa lamang maging kayumanggi, 5 hanggang 7 minuto. Ihalo ang tomato paste at humigit-kumulang 1/4 tasa ng tubig at lutuin ng isa pang 2 hanggang 3 minuto.

d) Haluin ang stock o tubig, karot, repolyo, kalabasa at talong at kumulo sa katamtamang init sa loob ng 35 hanggang 45 minuto, o hanggang sa maluto at malambot ang mga gulay. Idagdag ang browned isda at kumulo ng isa pang 15 minuto o higit pa. Alisin ang isda at gulay at humigit-kumulang 1 tasa ng sabaw sa isang pinggan, takpan at ilagay sa mainit na oven.

e) Salain ang natitirang sabaw, itapon ang mga solido. Magdagdag ng sapat na tubig sa sabaw upang makagawa ng 4 na tasa at bumalik sa init. Pakuluan ang sabaw, haluin ang kanin at timplahan ng asin at paminta. Bawasan ang init sa medium-low, takpan at kumulo sa loob ng 20 minuto, o hanggang sa maluto at malambot ang bigas.

f) Ikalat ang nilutong kanin sa isang malaking serving pgatasr, kasama ang anumang crispy bits (ang xooñ) na dumidikit sa ilalim ng kawali. Ikalat ang mga gulay sa gitna ng kanin at itaas ang isda. Panghuli, ibuhos ang nakareserbang sabaw sa lahat. Ihain kasama ng lemon wedges. Ang Ceebu jen ay tradisyonal na kinakain gamit ang mga kamay mula sa isang karaniwang serving dish.

4.Klasikong New York Kabibe Tsauder

MGA INGREDIENTS:
- 2 hiwa ng bacon, tinadtad
- 1 sibuyas, tinadtad
- 2 karot, diced
- 2 tangkay ng kintsay, diced
- 2 sibuyas ng bawang, tinadtad
- 1 kutsarita ng tuyo na thyme
- 3 tasang tinadtad na patatas
- 2 lata (10 oz bawat isa) tinadtad na kabibe na may katas
- 1 lata (28 oz) durog na kamatis
- 2 tasang sabaw ng manok o gulay
- Asin at paminta para lumasa

MGA TAGUBILIN:
a) Sa isang malaking kaldero, lutuin ang bacon hanggang malutong. Magdagdag ng mga sibuyas, karot, kintsay, at bawang. Lutuin hanggang malambot ang mga gulay.
b) Pukawin ang thyme, patatas, kabibe

5. Atlantic Cod Isda Tacos

MGA INGREDIENTS:
- 1 lb Atlantic cod fillet
- 1 tasang all-purpose na harina
- 1 kutsarita ng sili na pulbos
- 1/2 kutsarita ng kumin
- 1 tasang ginutay-gutay na repolyo
- 1/2 tasa diced na kamatis
- 1/4 tasa tinadtad na cilantro
- Lime wedges
- Mga tortilla ng mais

MGA TAGUBILIN:
a) Sa isang mangkok, paghaluin ang harina, chili powder, at kumin.
b) I-dredge ang mga fillet ng bakalaw sa pinaghalong harina, ipagpag ang labis.
c) I-pan-fry ang bakalaw sa mantika hanggang mag-golden brown at maluto.
d) Magpainit ng mga tortilla at tipunin ang mga taco na may bakalaw, repolyo, kamatis, at cilantro.
e) Ihain kasama ng lime wedges.

6.Pritong Talaba

MGA INGREDIENTS:
- 1 pint sariwang talaba
- 1 tasang harina
- 1/2 kutsarita ng asin
- 1/4 kutsarita ng itim na paminta
- 2 itlog, pinalo
- 1/4 tasa ng gatas
- Langis, para sa pagprito

MGA TAGUBILIN:
a) Banlawan ang mga talaba at patuyuin ang mga ito gamit ang isang tuwalya ng papel.
b) Sa isang mangkok, paghaluin ang harina, asin, at paminta.
c) Sa isa pang mangkok, haluin ang mga itlog at gatas.
d) Isawsaw ang mga talaba sa pinaghalong harina, pagkatapos ay sa pinaghalong itlog, at pagkatapos ay bumalik sa pinaghalong harina.
e) Init ang mantika sa isang malalim na kawali sa medium-high heat.
f) Iprito ang mga talaba sa mainit na mantika hanggang sa maging golden brown sa magkabilang panig.
g) Patuyuin sa mga tuwalya ng papel at ihain nang mainit.

7.Sherry Hipon

MGA INGREDIENTS:
- ½ stick mantikilya
- 5 sibuyas ng bawang, durog
- 1-1½ pounds hipon; kinubkob at na-devein
- ¼ tasa sariwang lemon katas
- ¼ kutsarita ng paminta
- 1 tasang pagluluto ng sherry
- 2 kutsarang tinadtad na perehil
- 2 kutsarang tinadtad na chive
- Asin sa panlasa

MGA TAGUBILIN:
a) Matunaw ang mantikilya sa isang kawali sa katamtamang init. Magdagdag ng bawang, hipon, lemon katas, at paminta.
b) Lutuin ang paghahalo hanggang sa maging pink ang hipon (mga minuto).
c) Magdagdag ng pagluluto ng sherry, perehil, at chive. Pakuluan lang.
d) Ihain kaagad sa ibabaw ng nilutong bigas.
e) Palamutihan ng lemon.

8.Atlantic Asul Crab Keik

MGA INGREDIENTS:
- 1 lb Atlantic asul crab meat
- 1/2 tasa ng breadcrumbs
- 1/4 tasa ng mayonesa
- 1 kutsarang Dijon mustard
- 1 itlog, pinalo
- 2 kutsarang tinadtad na perehil
- Asin at paminta para lumasa
- Lemon wedges para sa paghahatid

MGA TAGUBILIN:
a) Sa isang mangkok, pagsamahin ang karne ng alimango, breadcrumbs, mayonesa, mustasa, itlog, perehil, asin, at paminta.
b) Buuin ang pinaghalong crab keik.
c) Init ang mantika sa isang kawali at lutuin ang mga crab keik hanggang sa ginintuang kayumanggi sa magkabilang panig.
d) Ihain kasama ng lemon wedges.

9.Hipon Toast

MGA INGREDIENTS:
- 6 English muffins, toasted and split
- 4½ ounces de-latang hipon, pinatuyo
- 2½ kutsarang mayonesa
- Bawang pulbos sa panlasa
- 1 stick margarine
- 1 garapon na KRAFT "old English" na keso

MGA TAGUBILIN:
a) Paghaluin sa init at ikalat sa muffin halves.
b) Iprito hanggang ginintuang at gupitin sa 4.
c) Maaari mong gawin ito nang maaga at mag-freeze.

10. Atlantic Swordisda Kebab

MGA INGREDIENTS:
- 1 lb Atlantic swordisda, hiwa-hiwain
- 1 kampanilya paminta, gupitin sa mga piraso
- 1 pulang sibuyas, gupitin sa mga piraso
- Mga kamatis na cherry
- 1/4 tasa ng langis ng oliba
- 2 kutsarang lemon katas
- 2 kutsarita ng tuyo na oregano
- Asin at paminta para lumasa

MGA TAGUBILIN:
a) Painitin muna ang grill sa medium-high heat.
b) Thread swordisda, bell pepper, red onion, at cherry tomatoes sa mga skewer.
c) Sa isang mangkok, haluin ang langis ng oliba, lemon katas, oregano, asin, at paminta.
d) Mag-ihaw ng mga kebab sa loob ng 8-10 minuto, paminsan-minsan at i-basting sa pinaghalong langis ng oliba.
e) Ihain nang mainit.

11.Spinach at Feta Balutin ng almusal

MGA INGREDIENTS:
- 2 malalaking itlog
- 1 tasang sariwang dahon ng spinach
- 2 kutsarang durog na feta cheese
- 1 buong trigo tortilla
- 1 kutsarang langis ng oliba
- Asin at paminta para lumasa

MGA TAGUBILIN:
a) Init ang langis ng oliba sa isang kawali sa katamtamang init.
b) Magdagdag ng sariwang dahon ng spinach at lutuin hanggang matuyo.
c) Sa isang mangkok, haluin ang mga itlog at i-Pag-aagawan ang mga ito sa kawali na may spinach.
d) Budburan ang feta cheese sa mga itlog at lutuin hanggang sa bahagyang matunaw.
e) Ilagay ang pinaghalong itlog at spinach sa isang whole trigo tortilla, igulong ito, at magsilbi bilang isang pambalot.

12. Mediterranean Tuna at Puti sitaw Salad

MGA INGREDIENTS:
- 1 lata (6 ounces) tuna sa tubig, pinatuyo
- 1 lata (15 onsa) puting sitaw, pinatuyo at binanlawan
- ½ tasa ng cherry tomatoes, hinati
- ¼ tasa pulang sibuyas, pinong tinadtad
- 2 tablespoons sariwang basil, tinadtad
- 2 kutsarang extra-virgin olive oil
- 1 kutsarang red wine vinegar
- 1 sibuyas na bawang, tinadtad
- Asin at paminta para lumasa

MGA TAGUBILIN:
a) Sa isang mangkok, pagsamahin ang pinatuyo na tuna, puti sitaw, cherry tomatoes, pulang sibuyas, at sariwang basil.
b) Sa isang maliit na mangkok, haluin ang langis ng oliba, suka ng red wine, tinadtad na bawang, asin, at paminta.
c) Ibuhos ang dressing sa salad at ihagis upang pagsamahin.
d) Ihain itong Mediterranean tuna at puti sitaw salad bilang masarap at puno ng protina na tanghalian.

13. Inihurnong Salmon

MGA INGREDIENTS:
PARA SA BAKE SALMON:
- 2 salmon fillet (6 ounces bawat isa)
- 2 cloves ng bawang, tinadtad
- 2 kutsarang extra-virgin olive oil
- 1 lemon, tinadtad
- 1 kutsarita ng pinatuyong oregano
- Asin at paminta para lumasa

PARA SA GREEK SALAD:
- 1 pipino, diced
- 1 tasa ng cherry tomatoes, hatiin
- ½ pulang sibuyas, pinong tinadtad
- ¼ tasa Kalamata olives, pitted at hiniwa
- ¼ tasang durog na feta cheese
- 2 kutsarang extra-virgin olive oil
- 2 kutsarang red wine vinegar
- 1 kutsarita ng pinatuyong oregano
- Asin at paminta para lumasa

MGA TAGUBILIN:
PARA SA BAKE SALMON:
a) Painitin muna ang oven sa 375°F (190°C).
b) Sa isang maliit na mangkok, haluin ang tinadtad na bawang, extra-virgin olive oil, lemon katas, pinatuyong oregano, asin, at paminta.
c) Ilagay ang salmon fillet sa isang baking sheet na nilagyan ng parchment paper.
d) I-brush ang salmon na may pinaghalong lemon at bawang.
e) Maghurno ng 15-20 minuto o hanggang sa madaling matuklap ang salmon gamit ang isang tinidor.

PARA SA GREEK SALAD:
f) Sa isang malaking salad **mangkok**, pagsamahin ang diced cucumber, cherry tomatoes, red onion, Kalamata olives, at crumbled feta cheese.
g) Sa isang maliit na mangkok, haluin ang extra-virgin olive oil, red wine vinegar, dried oregano, asin, at paminta.
h) Ibuhos ang dressing sa salad at ihagis upang pagsamahin.
i) Ihain ang lutong salmon sa tabi ng Greek salad.

14. Atlantic Asulisda Ceviche

MGA INGREDIENTS:
- 1 lb Atlantic asulisda fillet, diced
- 1 tasang katas ng kalamansi
- 1 pulang sibuyas, pinong tinadtad
- 1 pipino, diced
- 1 jalapeño, may binhi at tinadtad
- 1/4 tasa tinadtad na cilantro
- Asin at paminta para lumasa
- Tortilla chips para sa paghahatid

MGA TAGUBILIN:
a) Pagsamahin ang asulisda, katas ng kalamansi, sibuyas, pipino, jalapeño, cilantro, asin, at paminta sa isang mangkok.
b) Palamigin nang hindi bababa sa 1 oras upang payagan ang isda na "magluto" sa citrus katas.
c) Ihain nang pinalamig na may tortilla chips.

15. Igisa ng Hipon at Kangkong

MGA INGREDIENTS:
- 8 ounces malaking hipon, binalatan at hiniwa
- 2 kutsarang extra-virgin olive oil
- 2 cloves ng bawang, tinadtad
- 6 tasang sariwang spinach
- ½ tasa ng cherry tomatoes, hinati
- 1 kutsarang lemon katas
- ½ kutsarita ng pinatuyong oregano
- Asin at paminta para lumasa
- Ang 1 hanggang 2 zucchini ay hinati sa haba, hiniwa sa kalahating buwan
- 1 tasa ng nilutong chickpeas mula sa mga de-latang chickpeas, pinatuyo
- Ang feta cheese crumbles (opsyonal)
- Isang dakot ng sariwang dahon ng basil, napunit

MGA TAGUBILIN:
a) Sa isang malaking kawali, init ang extra-virgin olive oil sa medium-high heat.
b) Idagdag ang tinadtad na bawang at igisa ng mga 30 segundo hanggang mabango.
c) Idagdag ang mga hiwa ng zucchini at lutuin ng 3-4 minuto, o hanggang sa lumambot at bahagyang kayumanggi.
d) Itulak ang zucchini sa gilid ng kawali at idagdag ang hipon.
e) Magluto ng 2-3 minuto sa bawat panig o hanggang sa maging kulay-rosas at malabo.
f) Idagdag ang mga chickpeas, cherry tomatoes, at sariwang spinach sa kawali. Igisa hanggang matuyo ang kangkong at lumambot ang kamatis.
g) Budburan ng lemon katas at budburan ng pinatuyong oregano, asin, at paminta.
h) Ihagis upang pagsamahin at lutuin ng karagdagang minuto.
i) Kung ninanais, budburan ng feta cheese crumbles at pinunit na sariwang dahon ng basil bago ihain.

16. Trail Mix

MGA INGREDIENTS:
- 1 tasang hilaw na almendras
- 1 tasang hilaw na kasoy
- 1 tasang unsalted pistachios
- ½ tasa ng pinatuyong mga aprikot, tinadtad
- ½ tasa ng pinatuyong igos, tinadtad
- ¼ tasang gintong pasas
- ¼ tasa ng mga kamatis na pinatuyong araw, tinadtad
- 1 kutsarang langis ng oliba
- ½ kutsarita ng giniling na kumin
- ½ kutsarita ng paprika
- ¼ kutsarita ng asin sa dagat
- ¼ kutsarita ng itim na paminta

MGA TAGUBILIN:
a) Painitin muna ang iyong oven sa 325°F (163°C).
b) Sa isang malaking mangkok, pagsamahin ang mga almendras, kasoy, at pistachio.
c) Sa isang maliit na mangkok, haluin ang langis ng oliba, ground cumin, paprika, sea salt, at **itim** pepper.
d) Ibuhos ang pinaghalong pampalasa sa ibabaw ng mga mani at ihagis nang pantay-pantay.
e) Ikalat ang napapanahong mga mani sa isang baking sheet sa isang layer.
f) Inihaw ang mga kulay ng nuwes sa preheated oven sa loob ng 10-15 minuto, o hanggang sa bahagyang toasted ang mga ito. Siguraduhing pukawin ang mga ito paminsan-minsan upang matiyak ang pantay na pag-ihaw.
g) Kapag ang mga mani ay inihaw, alisin ang mga ito mula sa oven at hayaan silang ganap na lumamig.
h) Sa isang malaking mangkok ng paghahalo, pagsamahin ang mga inihaw na mani sa tinadtad na pinatuyong mga aprikot, igos, gintong pasas, at mga kamatis na pinatuyong araw.
i) Pagsama-samahin ang lahat para gawin ang iyong Mediterranean trail mix.
j) Itago ang trail mix sa isang lalagyan ng airtight para sa on-ang-go na meryenda.

17. Inihaw na Atlantic Salmon

MGA INGREDIENTS:
- 4 Atlantic salmon fillet
- 2 kutsarang langis ng oliba
- 2 cloves ng bawang, tinadtad
- 1 kutsarita ng lemon zest
- 1 kutsarang lemon katas
- Asin at paminta para lumasa

MGA TAGUBILIN:
a) Painitin muna ang grill sa medium-high heat.
b) Sa isang maliit na mangkok, paghaluin ang langis ng oliba, tinadtad na bawang, lemon zest, lemon katas, asin, at paminta.
c) I-brush ang mga fillet ng salmon na may pinaghalong.
d) Ihawin ang salmon sa loob ng 4-5 minuto bawat gilid o hanggang sa madaling matuklap gamit ang isang tinidor.
e) Ihain nang mainit kasama ang iyong mga paboritong side dish.

18. Atlantic Kabibe Linguine

MGA INGREDIENTS:
- 1 lb linguine pasta
- 2 dosenang Atlantic kabibes, na-scrub
- 3 kutsarang langis ng oliba
- 4 cloves na bawang, tinadtad
- 1/2 kutsarita red pepper flakes
- 1/2 tasa ng tuyong puting alak
- 1/4 tasa tinadtad na sariwang perehil
- Asin at itim na paminta sa panlasa

MGA TAGUBILIN:
a) Magluto ng linguine ayon sa mga tagubilin sa pakete.
b) Sa isang malaking kawali, mag-init ng olive oil at igisa ang bawang at red pepper flakes hanggang mabango.
c) Magdagdag ng mga tulya at puting alak, takpan, at lutuin hanggang mabuksan ang mga tulya.
d) Ihagis sa nilutong linguine, perehil, asin, at paminta.
e) Ihain kaagad.

19. Atlantic Lobster Gumulong

MGA INGREDIENTS:
- 1 lb lutong Atlantic lobster meat, tinadtad
- 1/4 tasa ng mayonesa
- 2 kutsarang lemon katas
- 2 tangkay ng kintsay, pinong tinadtad
- Asin at paminta para lumasa
- Buttered at toasted split-top hot dog buns

MGA TAGUBILIN:
a) Sa isang mangkok, paghaluin ang karne ng lobster, mayonesa, lemon katas, kintsay, asin, at paminta.
b) Punan ang toasted buns ng lobster mixture.
c) Ihain kaagad para sa klasikong lobster gumulong experience.

KARAGATANG PASIPIKO

20.Pacific Ahi Poke Mangkok

MGA INGREDIENTS:
- 1 lb sariwang Pacific ahi tuna, cubed
- 1/4 tasa ng toyo
- 1 kutsarang sesame oil
- 1 kutsarang suka ng bigas
- 1 kutsarita gadgad na luya
- 2 berdeng sibuyas, hiniwa nang manipis
- 1 abukado, diced
- 1 tasang sushi **kanin**, niluto
- Sesame seeds para sa dekorasyon

MGA TAGUBILIN:
a) Sa isang mangkok, paghaluin ang toyo, sesame oil, **kanin** vinegar, at gadgad na luya.
b) Dahan-dahang ihagis ang cubed tuna sa sarsa.
c) Ipunin ang poke **mangkok** na may sushi **kanin**, marinated tuna, hiniwang berdeng sibuyas, diced avocado, at budburan ng sesame seeds.
d) Ihain kaagad.

21. Pacific Halibut Tacos

MGA INGREDIENTS:
- 1 lb Pacific halibut fillet
- 1/2 tasa ng harina
- 1 kutsarita ng sili na pulbos
- 1/2 kutsarita ng kumin
- 1 tasang ginutay-gutay na repolyo
- 1/2 tasa diced na pinya
- 1/4 tasa cilantro, tinadtad
- Lime wedges
- Mga tortilla ng mais

MGA TAGUBILIN:

a) Sa isang mangkok, paghaluin ang harina, chili powder, at kumin.
b) I-dredge ang mga fillet ng halibut sa pinaghalong harina, ipagpag ang labis.
c) I-pan-fry ang halibut sa mantika hanggang sa ginintuang kayumanggi at maluto.
d) Magpainit ng mga tortilla at tipunin ang mga tacos na may nilutong halibut, ginutay-gutay na repolyo, diced na pinya, at cilantro.
e) Ihain kasama ng lime wedges.

22. Pacific Salmon Teriyaki Skewers

MGA INGREDIENTS:
- 1 lb Pacific salmon fillet, gupitin sa mga cube
- 1/4 tasa ng toyo
- 2 kutsarang mirin
- 1 kutsarang pulot
- 1 kutsarita gadgad na bawang
- 1 kutsarita gadgad na luya
- Mga kahoy na skewer, ibinabad sa tubig

MGA TAGUBILIN:
a) Sa isang mangkok, haluin ng toyo, mirin, pulot, bawang, at luya upang lumikha ng sarsa ng teriyaki.
b) I-thread ang mga salmon cubes sa mga skewer.
c) Mag-ihaw ng mga skewer, basting na may teriyaki sarsa, hanggang sa maluto ang salmon.
d) Ihain nang mainit.

23. Pacific Dungeness Crab Salad

MGA INGREDIENTS:
- 1 lb na nilutong karne ng alimango ng Pacific Dungeness
- 1/2 tasa ng mayonesa
- 1 kutsarang Dijon mustard
- 1 tangkay ng kintsay, pinong tinadtad
- 1 kutsarang tinadtad na sariwang dill
- Asin at paminta para lumasa
- Butter lettuce dahon para sa paghahatid

MGA TAGUBILIN:
a) Sa isang mangkok, paghaluin ang karne ng alimango, mayonesa, Dijon mustard, kintsay, dill, asin, at paminta.
b) Kutsara ang crab salad sa butter lettuce leaves.
c) Ihain nang pinalamig.

24. Pacific Paella

MGA INGREDIENTS:
- 4 na walang balat na walang balat na kalahati ng dibdib ng manok
- 1 kutsarita ng paprika
- 1 kutsarita ng asin
- ¼ kutsarita ng itim na paminta
- ¾ pounds mild Italian sausage
- 16 ounces na de-latang kamatis, pinatuyo at tinadtad nang magaspang (o 20 pinatuyo sa araw na kamatis, nakaimpake sa mantika, pinatuyo at tinadtad)
- 2 lata ng sabaw ng manok
- ½ kutsarita ng turmerik
- ¼ kutsarita ng safron
- 2 tasang Bigas
- 1 malaking sibuyas, gupitin sa mga wedges
- 2 cloves ng bawang, tinadtad
- 1 libra katamtamang hipon, binalatan, hiniwa, at niluto
- 1 berdeng paminta, gupitin sa mga piraso
- 10 tahong, nilinis at pinasingaw

MGA TAGUBILIN:

a) Gupitin ang mga suso ng manok sa ½-pulgada na piraso. Pagsamahin ang paprika, asin, at itim na paminta sa isang maliit na mangkok. Idagdag ang manok at haluin hanggang maluto ang lahat ng pampalasa sa karne.

b) Gupitin ang sausage sa ¼-inch na piraso, at alisin ang pambalot.

c) Patuyuin nang lubusan ang mga kamatis gamit ang isang tuwalya ng papel kung gumagamit ng mga kamatis na pinatuyo sa araw. Magdagdag ng sapat na tubig sa sabaw ng manok upang makagawa ng 3-¾ tasa. Pakuluan ang halo na ito sa isang 12-pulgadang kawali.

d) Haluin ang turmerik, safron, kanin, sibuyas, bawang, manok, sausage, at kamatis.

e) Takpan ang kawali at kumulo ng 20 minuto.

f) Alisin ang kawali sa init, at ihalo ang nilutong hipon at berdeng paminta. Kung ninanais, itaas na may tahong.

g) Hayaang tumayo ang paella na natatakpan hanggang masipsip ang lahat ng likido, mga 5 minuto.

25. Puting Isda Ceviche

MGA INGREDIENTS:
- 1 kalahating kilong sariwang puting fillet ng isda (tulad ng flounder o snapper), gupitin sa kasing laki ng kagat
- 1 tasang sariwang lime katas
- 1 maliit na pulang sibuyas, hiniwa ng manipis
- 1-2 sariwang rocoto o habanero peppers, may binhi at pinong tinadtad
- ½ tasa tinadtad na sariwang cilantro
- ¼ tasa tinadtad na sariwang dahon ng mint
- 2 cloves ng bawang, tinadtad
- Asin, sa panlasa
- Bagong giniling na itim na paminta, sa panlasa
- 1 kamote, pinakuluan at hiniwa
- 1 tainga ng mais, pinakuluang at inalis ang mga butil
- Mga dahon ng litsugas, para sa paghahatid

MGA TAGUBILIN:
a) Sa isang non-reactive na mangkok, pagsamahin ang mga piraso ng isda sa katas ng dayap, siguraduhin na ang isda ay ganap na natatakpan.
b) Hayaang mag-marinate sa ref ng mga 20-30 minuto hanggang sa maging malabo ang isda.
c) Alisan ng tubig ang katas ng dayap mula sa isda at itapon ang katas.
d) Sa isang hiwalay na mangkok, pagsamahin ang adobong isda sa pulang sibuyas, rocoto, o habanero peppers, cilantro, mint, at bawang. Dahan-dahang ihagis upang pagsamahin.
e) Timplahan ng asin at sariwang giniling na itim na paminta ayon sa panlasa. Ayusin ang dami ng rocoto o habanero peppers ayon sa gusto mong antas ng spiciness.
f) Hayaang mag-marinate ang ceviche sa refrigerator para sa karagdagang 10-15 minuto upang hayaang maghalo ang mga lasa.
g) Ihain ang ceviche na pinalamig sa isang kama ng mga dahon ng litsugas, pinalamutian ng mga hiwa ng pinakuluang kamote at butil ng mais.

26. Maanghang na Adobong Ceviche

MGA INGREDIENTS:
- 1 libra sariwang isda fillet (tulad ng flounder, sole, o snapper), hiniwa nang manipis
- Katas ng 3-4 limes
- 2 tablespoons ají amarillo paste
- 2 cloves ng bawang, tinadtad
- 1 kutsarang toyo
- 1 kutsarang langis ng oliba
- 1 kutsarita ng asukal
- Asin, sa panlasa
- Pepper, sa panlasa
- Sariwang cilantro, tinadtad, para sa dekorasyon
- Pulang sibuyas, hiniwa ng manipis, para sa dekorasyon
- Rocoto pepper o pulang sili, hiniwa ng manipis, para sa dekorasyon

MGA TAGUBILIN:
a) Ilagay ang manipis na hiniwang fillet ng isda sa isang mababaw na ulam.
b) Sa isang mangkok, pagsamahin ang katas ng kalamansi, ají amarillo paste, tinadtad na bawang, toyo, langis ng oliba, asukal, asin, at paminta. Pagsamahin hanggang sa maayos na pinagsama.
c) Ibuhos ang marinade sa ibabaw ng isda, siguraduhin na ang bawat hiwa ay pinahiran ng pantay.
d) Hayaang mag-marinate ang isda sa ref ng mga 10-15 minuto. Ang kaasiman ng katas ng dayap ay "magluluto" ng bahagya sa isda.
e) Ayusin ang mga hiwa ng inatsara na isda sa isang serving pgatasr.
f) Ibuhos ang ilan sa marinade sa ibabaw ng isda bilang isang dressing.

27. **Itim** Kabibe Ceviche

MGA INGREDIENTS:
- 1 libra ng sariwang itim na kabibe (conchas negras), nilinis at itinapon
- 1 pulang sibuyas, hiniwa ng manipis
- 2-3 rocoto peppers o iba pang maanghang na sili, pinong tinadtad
- 1 tasa ng sariwang kinatas na katas ng kalamansi
- ½ tasa ng sariwang kinatas na lemon katas
- Asin sa panlasa
- Mga sariwang dahon ng cilantro, tinadtad
- Mga butil ng mais (opsyonal)
- kamote, pinakuluang at hiniwa (opsyonal)
- Mga dahon ng litsugas (opsyonal)

MGA TAGUBILIN:

a) Banlawan ang mga itim na tulya nang lubusan sa ilalim ng malamig na tubig upang alisin ang anumang buhangin o grit. Maingat na i-shuck ang mga tulya, itapon ang mga shell at ireserba ang karne. Gupitin ang karne ng kabibe sa kagat-laki ng mga piraso.

b) Sa isang non-reactive na mangkok, pagsamahin ang tinadtad na itim na kabibe, hiwa ng pulang sibuyas, at rocoto o chili peppers.

c) Ibuhos ang sariwang kinatas na kalamansi at lemon katas sa pinaghalong kabibe, siguraduhing ang lahat ng sangkap ay natatakpan ng citrus katas. Makakatulong ito na "magluto" ng mga tulya.

d) Timplahan ng asin sa panlasa at dahan-dahang ihalo ang lahat.

e) Takpan ang mangkok na may plastic wrap at palamigin ng mga 30 minuto hanggang 1 oras. Sa panahong ito, ang acid mula sa citrus katas ay higit pang mag-atsara at "magluluto" ng mga tulya.

f) Bago ihain, tikman ang ceviche at ayusin ang pampalasa kung kinakailangan.

g) Palamutihan ng sariwang tinadtad na dahon ng cilantro.

h) Opsyonal: Ihain ang ceviche na may pinakuluang butil ng mais, hiniwang kamote, at dahon ng lettuce para sa karagdagang texture at saliw.

i) Tandaan: Mahalagang gumamit ng sariwa at mataas na kalidad na itim na kabibe para sa ceviche na ito. Siguraduhin na ang mga tulya ay galing sa maaasahang mga pagkaing-dagat supplier at wastong nililinis bago gamitin.

28. Trucha a la Plancha/Grilled Trout

MGA INGREDIENTS:
- 4 na fillet ng trout, balat
- 2 tablespoons ng langis ng gulay
- Katas ng 1 lemon
- Asin at paminta para lumasa
- Mga sariwang damo (tulad ng perehil o cilantro), tinadtad (opsyonal)
- Lemon wedges para sa paghahatid

MGA TAGUBILIN:
a) Painitin muna ang grill o painitin ang isang malaking kawali sa medium-high heat.
b) Banlawan ang mga fillet ng trout sa ilalim ng malamig na tubig at patuyuin ang mga ito gamit ang mga tuwalya ng papel.
c) I-brush ang magkabilang gilid ng mga fillet ng trout na may langis ng gulay, siguraduhing pantay na nababalutan ang mga ito.
d) Timplahan ang mga fillet ng asin, paminta, at isang piga ng lemon katas sa magkabilang panig.
e) Ilagay ang mga fillet ng trout, balat sa ibabang bahagi, sa grill o kawali.
f) Magluto ng mga 3-4 minuto sa bawat panig, o hanggang sa malabo ang isda at madaling matuklap gamit ang isang tinidor. Ang balat ay dapat na malutong at ginintuang kayumanggi.
g) Alisin ang mga fillet ng trout mula sa apoy at ilipat ang mga ito sa isang serving pgatasr.
h) Iwiwisik ang mga sariwang damo (kung gagamit) sa ibabaw ng mga fillet para sa dagdag na lasa at palamuti.
i) Ihain ang Trucha a la Plancha/Grilled Trout nang mainit, na sinamahan ng lemon wedges para sa pagpiga sa isda.
j) Maaari mo itong ihain kasama ng isang gilid ng stsaamed vegetables, **kanin**, o salad para makumpleto ang pagkain.

29. Parihuela/Pagkaing-dagat Sabaw

MGA INGREDIENTS:
- 1.1 libra ng pinaghalong pagkaing-dagat (hipon, pusit, tahong, octopus, atbp.)
- 1.1 libra ng puting isda fillet (tulad ng solong, snapper, o bakalaw)
- 1 sibuyas, pinong tinadtad
- 4 na sibuyas ng bawang, tinadtad
- 2 kamatis, binalatan at tinadtad
- 2 kutsarang tomato paste
- 2 tablespoons ng langis ng gulay
- 1 kutsara ng aji amarillo paste
- 4 na tasa ng sabaw ng isda o pagkaing-dagat
- 1 tasa ng puting alak
- 1 tasa ng tubig
- 1 kutsarita ng ground cumin
- 1 kutsarita ng pinatuyong oregano
- ¼ tasa ng tinadtad na cilantro
- Asin at paminta para lumasa

MGA TAGUBILIN:

a) Init ang langis ng gulay sa isang malaking kaldero o Dutch oven sa katamtamang init.
b) Idagdag ang tinadtad na sibuyas at tinadtad na bawang sa kaldero at igisa hanggang sa maging translucent.
c) Haluin ang tinadtad na kamatis at tomato paste.
d) Magluto ng ilang minuto hanggang lumambot ang mga kamatis.
e) Kung gumagamit ng aji amarillo paste, idagdag ito sa kaldero at ihalo nang mabuti sa iba pang mga sangkap.
f) Ibuhos ang puting alak at hayaang kumulo ng ilang minuto upang mabawasan ang alak.
g) Idagdag ang sabaw ng isda o pagkaing-dagat at tubig sa kaldero. Dalhin ito sa isang pigsa.
h) Gupitin ang mga fillet ng isda sa kagat-laki ng mga piraso at idagdag ang mga ito sa palayok.
i) Bawasan ang apoy at hayaang kumulo ang sabaw ng mga 10 minuto o hanggang sa maluto ang isda.
j) Ilagay ang pinaghalong pagkaing-dagat (hipon, pusit, tahong, octopus, atbp.) sa kaldero at lutuin ng isa pang 5 minuto o hanggang sa maluto at malambot ang pagkaing-dagat.
k) Timplahan ang Parihuela/Pagkaing-dagat Sabaw na may giniling na kumin, pinatuyong oregano, asin, at paminta. Ayusin ang pampalasa ayon sa iyong panlasa.
l) Budburan ang tinadtad na cilantro sa ibabaw ng sopas at haluing malumanay.
m) Alisin ang palayok mula sa apoy at hayaan itong magpahinga ng ilang minuto bago ihain.
n) Ihain ang Parihuela/Pagkaing-dagat Sabaw na mainit sa mga sabaw **mangkok**, na sinamahan ng crusty bread o nilutong kanin.

30. Hipon Tsauder

MGA INGREDIENTS:
- 1 libra na hipon, binalatan at hiniwa
- 1 kutsarang langis ng oliba
- 1 sibuyas, pinong tinadtad
- 3 sibuyas ng bawang, tinadtad
- 1 kutsarita ng ground cumin
- 1 kutsarita ng pinatuyong oregano
- 2 kutsarang ají amarillo paste (o palitan ng dilaw na chili paste)
- 2 tasang sabaw ng isda o gulay
- 1 tasang evaporated milk
- 1 tasang frozen na butil ng mais
- 1 tasang tinadtad na patatas
- 1 tasang diced carrots
- 1 tasa diced zucchini
- ½ tasang gisantes
- ½ tasang diced red bell pepper
- ½ tasang diced berde bell pepper
- ¼ tasa tinadtad na sariwang cilantro
- Asin at paminta para lumasa
- 2 itlog, pinalo
- Sariwang keso, gumuho, para sa dekorasyon
- Sariwang cilantro, tinadtad, para sa dekorasyon

MGA TAGUBILIN:
a) Sa isang malaking kaldero, init ang langis ng oliba sa katamtamang init.
b) Idagdag ang tinadtad na sibuyas at tinadtad na bawang. Igisa hanggang sa maging translucent ang sibuyas at mabango ang bawang.
c) Idagdag ang ground cumin, dried oregano, at ají amarillo paste sa palayok. Haluing mabuti upang pagsamahin at lutuin ng karagdagang minuto upang mailabas ang mga lasa.
d) Idagdag ang sabaw ng isda o gulay at pakuluan ito. Bawasan ang apoy sa mahina at kumulo ng halos 10 minuto upang hayaang maghalo ang mga lasa.
e) Idagdag ang evaporated milk, frozen corn kernels, diced patatases, carrots, zucchini, peas, red bell pepper, berde bell pepper, at tinadtad na cilantro sa palayok. Haluing mabuti at timplahan ng asin at paminta ayon sa panlasa.
f) Pakuluan ang pinaghalong mga 15 minuto, o hanggang malambot ang mga gulay.
g) Samantala, sa isang hiwalay na kawali, igisa ang hipon sa kaunting mantika ng oliba hanggang sa maging kulay rosas at maluto. Itabi.
h) Kapag malambot na ang mga gulay, dahan-dahang ibuhos ang pinilo na itlog sa kaldero habang patuloy na hinahalo. Ito ay lilikha ng mga laso ng nilutong itlog sa buong sopas.
i) Idagdag ang nilutong hipon sa kaldero at haluin ng malumanay upang pagsamahin. Hayaang kumulo ang sopas para sa karagdagang 5 minuto upang hayaang maghalo ang mga lasa.
j) Ihain ang Chupe de Camarones/Hipon Tsauder nang mainit, pinalamutian ng durog na sariwang keso at tinadtad na sariwang cilantro.

31. Tsauder ng Isda

MGA INGREDIENTS:
- 1 libra ng puting isda fillet (gaya ng snapper, bakalaw, o tilapia), hiwa-hiwain sa kasing laki ng kagat
- 1 sibuyas, pinong tinadtad
- 3 cloves ng bawang, tinadtad
- 2 tablespoons ng langis ng gulay
- 2 kutsara ng ají amarillo paste o palitan ng yellow bell pepper puree
- 2 tasa ng sabaw ng isda o pagkaing-dagat
- 2 tasang tubig
- 2 medium na patatas, binalatan at hiniwa
- 1 tasa ng frozen na butil ng mais
- 1 tasa ng evaporated milk
- 1 tasa ng sariwa o frozen na mga gisantes
- 1 tasa ng ginutay-gutay na keso (tulad ng mozzarella o cheddar)
- 2 kutsara ng tinadtad na sariwang cilantro
- Asin at paminta para lumasa
- Lime wedges para sa paghahatid

MGA TAGUBILIN:

a) Sa isang malaking palayok, init ang langis ng gulay sa katamtamang init.
b) Ilagay ang tinadtad na sibuyas at tinadtad na bawang, at igisa hanggang sa maging translucent ang sibuyas at mabango ang bawang.
c) Haluin ang ají amarillo paste o yellow bell pepper puree at lutuin ng isang minuto upang isama ang mga lasa.
d) Idagdag ang sabaw ng isda o pagkaing-dagat at tubig sa kaldero, at pakuluan ang timpla.
e) Idagdag ang diced na patatas sa kaldero, bawasan ang apoy sa medium-low, at hayaan itong kumulo ng mga 10 minuto o hanggang sa bahagyang maluto ang patatas.
f) Haluin ang isda fillet at frozen corn kernels. Pakuluan ng isa pang 5-7 minuto hanggang sa maluto ang isda at lumambot ang mais.
g) Ibuhos ang evaporated milk at idagdag ang mga gisantes. Haluing mabuti para pagsamahin.
h) Timplahan ng asin at paminta ang Chupe de Pescado/Isda Tsauder ayon sa panlasa. Ayusin ang pampalasa kung kinakailangan.
i) Budburan ang ginutay-gutay na keso sa ibabaw ng sopas. Takpan ang kaldero at hayaang kumulo para sa karagdagang 5 minuto o hanggang sa matunaw ang keso at maayos na pinagsama ang mga lasa.
j) Alisin ang palayok mula sa apoy at iwiwisik ang tinadtad na cilantro sa ibabaw ng sopas.
k) Ihain ang Chupe de Pescado/Isda Tsauder na mainit na may lime wedges sa gilid para pigain ang sopas.
l) Maaari mong tangkilikin ang Chupe de Pescado/Isda Tsauder nang mag-isa o ihain ito kasama ng crusty na tinapay o kanin.

32. Pagkaing-dagat **Kanin**

MGA INGREDIENTS:
- 2 tasang mahabang butil na puting bigas
- 1 libra na pinaghalong pagkaing-dagat (tulad ng hipon, calamari, mussel, at scallops), nilinis at nilinis
- 2 kutsarang langis ng gulay
- 1 sibuyas, pinong tinadtad
- 4 cloves na bawang, tinadtad
- 1 pulang kampanilya paminta, diced
- 1 tasang diced na kamatis (sariwa o de-latang)
- 1 kutsarang tomato paste
- 1 tasang sabaw ng isda o pagkaing-dagat
- 1 tasang puting alak (opsyonal)
- 1 kutsarita ng ground cumin
- 1 kutsarita ng paprika
- ½ kutsarita ng pinatuyong oregano
- ¼ kutsarita ng cayenne pepper (opsyonal, para sa init)
- ¼ tasa tinadtad na sariwang cilantro
- ¼ tasa tinadtad na sariwang perehil
- Katas ng 1 kalamansi
- Asin, sa panlasa
- Pepper, sa panlasa

MGA TAGUBILIN:
a) Banlawan ang bigas sa ilalim ng malamig na tubig hanggang sa malinis ang tubig.
b) Lutuin ang kanin ayon sa mga tagubilin sa pakete at itabi ito.
c) Sa isang malaking kawali o paella pan, init ang langis ng gulay sa katamtamang init.
d) Idagdag ang tinadtad na sibuyas, tinadtad na bawang, at diced red bell pepper.
e) Igisa hanggang lumambot at mabango ang mga gulay.
f) Idagdag ang pinaghalong pagkaing-dagat sa kawali at lutuin hanggang sa bahagyang maluto, mga 3-4 minuto.
g) Alisin ang ilang piraso ng pagkaing-dagat at itabi ang mga ito para sa dekorasyon mamaya, kung ninanais.
h) Haluin ang mga diced na kamatis, tomato paste, sabaw ng isda o pagkaing-dagat, at puting alak (kung ginagamit).
i) Pakuluan ang timpla at lutuin ng mga 5 minuto para maghalo ang mga lasa.
j) Idagdag ang ground cumin, paprika, dried oregano, at cayenne pepper (kung ginagamit). Haluin upang pagsamahin.
k) I-fold ang nilutong kanin at dahan-dahang ihalo sa pagkaing-dagat at sarsa hanggang sa maayos na pagsamahin.
l) Magluto ng karagdagang 5 minuto upang hayaang maghalo ang mga lasa.
m) Alisin ang kawali mula sa apoy at ihalo ang tinadtad na cilantro, tinadtad na perehil, at katas ng dayap.
n) Timplahan ng asin at paminta ayon sa panlasa.
o) Palamutihan ang Arroz con Mariscos/Pagkaing-dagat **Kanin** ng nakareserbang lutong pagkaing-dagat at karagdagang sariwang damo, kung gusto.
p) Ihain ang Arroz con Mariscos/Pagkaing-dagat **Kanin** na mainit, na sinamahan ng gilid ng lime wedges at isang sprinkle ng sariwang cilantro o parsley.

33. Adobong Isda

MGA INGREDIENTS:
- 1 ½ libra ng puting isda fillet (tulad ng snapper, tilapia, o bakalaw)
- ½ tasang all-purpose na harina
- Asin at paminta para lumasa
- Langis ng gulay para sa pagprito
- 1 pulang sibuyas, hiniwa ng manipis
- 2 karot, julienned
- 1 pulang kampanilya paminta, hiniwa ng manipis
- 4 cloves ng bawang, tinadtad
- 1 tasa ng puting suka
- 1 tasa ng tubig
- 2 dahon ng bay
- 1 kutsarita ng pinatuyong oregano
- 1 kutsarita ng ground cumin
- ½ kutsarita ng paprika
- Asin at paminta para lumasa
- Sariwang cilantro o perehil para sa dekorasyon

MGA TAGUBILIN:

a) Timplahan ng asin at paminta ang mga fillet ng isda. I-dredge ang mga ito sa harina, ipagpag ang anumang labis.

b) Init ang langis ng gulay sa isang malaking kawali sa medium-high heat. Iprito ang mga fillet ng isda hanggang sa ginintuang kayumanggi sa magkabilang panig. Alisin mula sa kawali at itabi sa isang papel na may linyang tuwalya upang maubos ang labis na mantika.

c) Sa parehong kawali, igisa ang hiniwang pulang sibuyas, julienned na karot, hiniwang pulang kampanilya, at tinadtad na bawang hanggang sa lumambot, mga 5 minuto.

d) Sa isang hiwalay na kasirola, pagsamahin ang puting suka, tubig, dahon ng bay, pinatuyong oregano, ground cumin, paprika, asin, at paminta. Dalhin ang timpla sa isang pigsa.

e) Idagdag ang mga ginisang gulay sa kumukulong pinaghalong suka. Bawasan ang apoy at kumulo ng halos 10 minuto upang hayaang maghalo ang mga lasa.

f) Ayusin ang piniritong fillet ng isda sa isang mababaw na ulam. Ibuhos ang pinaghalong suka at gulay sa ibabaw ng isda, ganap na takpan ang mga ito. Hayaang lumamig ang ulam sa temperatura ng kuwarto.

g) Takpan ang ulam at palamigin nang hindi bababa sa 2 oras o magdamag upang pahintulutan ang isda na sumipsip ng mga lasa.

h) Ihain ang Escabeche de Pescado/Pickled Isda na pinalamig, pinalamutian ng sariwang cilantro o parsley.

i) Maaari mong tangkilikin ang isda at gulay na may marinade bilang isang side dish o ihain ito kasama ng kanin o tinapay.

34. Lila maisPudding

MGA INGREDIENTS:
- 2 tasang lila maiskatas (mazamorra morada concentrate)
- 1 tasang pinatuyong lilang butil ng mais
- 1 cinnamon stick
- 4 na clove
- 1 tasang asukal
- ½ tasa ng patatas na almirol
- Mga tipak ng pinya at prun para sa palamuti

MGA TAGUBILIN:
a) Sa isang malaking palayok, pagsamahin ang lila maiskatas, tuyo na lila maiskernels, cinnamon stick, at cloves. Pakuluan at pagkatapos ay kumulo ng mga 20 minuto.
b) Sa isang hiwalay na mangkok, paghaluin ang patatas starch na may kaunting tubig upang lumikha ng isang slurry.
c) Idagdag ang asukal at patatas starch slurry sa palayok, patuloy na pagpapakilos. Ipagpatuloy ang pagluluto hanggang sa lumapot ang timpla.
d) Alisin mula sa init at payagan itong lumamig.
e) Palamutihan ng pineapple chunks at prun bago ihain.

35. Coca Tsaa

MGA INGREDIENTS:
- 1-2 coca tsaa bag o 1-2 kutsarita ng pinatuyong dahon ng coca
- 1 tasang mainit na tubig
- Honey o asukal (opsyonal)

MGA TAGUBILIN:
a) Ilagay ang coca tsaa bag o tuyong dahon ng coca sa isang tasa.
b) Ibuhos ang mainit na tubig sa coca tsaa bag o dahon.
c) Hayaang matarik ito ng 5-10 minuto, o hanggang sa maabot nito ang iyong ninanais na lakas.
d) Patamisin ng pulot o asukal, kung ninanais.

36. Quinoa Pudding

MGA INGREDIENTS:
- 1 tasa ng quinoa
- 4 tasa ng tubig
- 4 tasa ng gatas
- 1 cinnamon stick
- 1 kutsarita ng vanilla extract
- ½ tasa ng asukal (adjust sa panlasa)
- ¼ kutsarita ng giniling na mga clove
- ¼ kutsarita ng ground nutmeg
- Mga pasas at/o tinadtad na mani para sa dekorasyon (opsyonal)

MGA TAGUBILIN:
a) Banlawan ang quinoa nang lubusan sa ilalim ng malamig na tubig upang alisin ang anumang kapaitan.
b) Sa isang malaking palayok, pagsamahin ang quinoa at tubig. Pakuluan ito sa katamtamang init, pagkatapos ay bawasan ang apoy sa mahina at hayaang kumulo ito ng mga 15 minuto o hanggang sa lumambot ang quinoa. Alisan ng tubig ang anumang labis na tubig.
c) Ibalik ang nilutong quinoa sa kaldero at idagdag ang gatas, cinnamon stick, vanilla extract, asukal, giniling na clove, at ground nutmeg.
d) Haluing mabuti ang pinaghalong at dalhin ito sa mahinang kumulo sa katamtamang init.
e) Magluto ng humigit-kumulang 20-25 minuto, paminsan-minsang pagpapakilos, hanggang sa lumapot ang timpla sa parang puding.
f) Alisin ang palayok sa apoy at itapon ang cinnamon stick.
g) Hayaang lumamig ng ilang minuto ang Mazamorra de Quinua/Quinoa Pudding bago ihain.
h) Ihain ang Mazamorra de Quinua/Quinoa Pudding nang mainit o pinalamig sa mga mangkok o dessert cup.
i) Palamutihan ang bawat paghahatid ng mga pasas at/o tinadtad na mani, kung ninanais.

37. Pritong Plantain

MGA INGREDIENTS:
- 2 berdeng plantain
- Langis ng gulay para sa pagprito
- Asin sa panlasa

MGA TAGUBILIN:
a) Magsimula sa pamamagitan ng pagbabalat ng berdeng plantain. Upang gawin ito, putulin ang mga dulo ng plantain at gumawa ng isang pahaba na hiwa sa balat. Alisin ang balat sa pamamagitan ng paghila nito palayo sa plantain.
b) Gupitin ang mga plantain sa makapal na hiwa, mga 1 pulgada (2.5 cm) ang kapal.
c) Init ang mantika ng gulay sa isang malalim na kawali o kawali sa katamtamang init. Siguraduhing may sapat na mantika para lubusang malubog ang mga hiwa ng plantain.
d) Maingat na idagdag ang mga hiwa ng plantain sa mainit na mantika at iprito ang mga ito ng mga 3-4 minuto sa bawat panig o hanggang sa maging golden brown ang mga ito.
e) Alisin ang pinirito na mga hiwa ng plantain mula sa mantika at ilagay ang mga ito sa isang papel na may linyang tuwalya upang maubos ang labis na mantika.
f) Kunin ang bawat piniritong hiwa ng plantain at patagin ito gamit ang ilalim ng baso o kasangkapan sa kusina na partikular na idinisenyo para sa pagyupi.
g) Ibalik sa mainit na mantika ang pinatag na hiwa ng plantain at iprito ang mga ito ng karagdagang 2-3 minuto sa bawat panig hanggang sa maging malutong at golden brown.
h) Kapag pinirito na sa gusto mong antas ng crispiness, tanggalin ang Patacones/Fried Plantains mula sa mantika at ilagay ang mga ito sa isang papel na may linyang tuwalya para maubos ang anumang labis na mantika.
i) Budburan ng asin ang Patacones/Fried Plantains sa panlasa habang mainit pa.
j) Ihain ang Patacones/Fried Plantains bilang side dish o bilang base para sa mga toppings o fillings, tulad ng guacamole, salsa, o ginutay-gutay na karne.

38. Yuca Fries

MGA INGREDIENTS:
- 2 pounds yuca (cassava), binalatan at pinutol sa mga fries
- Langis para sa pagprito
- Asin sa panlasa

MGA TAGUBILIN:
a) Mag-init ng mantika sa isang deep fryer o isang malaking kaldero sa 350°F (175°C).
b) Iprito ang yuca fries sa mga batch hanggang sila ay ginintuang at malutong, mga 4-5 minuto.
c) Alisin at alisan ng tubig sa mga tuwalya ng papel.
d) Budburan ng asin at ihain nang mainit.

39.Lima Sitaw sa Cilantro Sarsa

MGA INGREDIENTS:
- 2 tasang nilutong limang sitaw (pallares), pinatuyo
- 1 tasang sariwang dahon ng cilantro
- 2 cloves ng bawang
- ½ tasa queso fresco, gumuho
- 2 kutsarang langis ng gulay
- Asin at paminta para lumasa

MGA TAGUBILIN:

a) Sa isang blender, pagsamahin ang sariwang cilantro, bawang, queso fresco, langis ng gulay, asin, at paminta. Haluin hanggang magkaroon ka ng makinis na cilantro sarsa.

b) Ihagis ang nilutong limang sitaw na may cilantro sarsa.

c) Ihain bilang isang side dish o isang magaan na pangunahing pagkain.

40. Nilagang Tupa

MGA INGREDIENTS:
- 2 libra ng nilagang karne ng tupa, gupitin sa mga tipak
- 2 kutsarang langis ng gulay
- 1 sibuyas, pinong tinadtad
- 3 cloves ng bawang, tinadtad
- 2 tablespoons ají amarillo paste
- 1 kutsarita ng ground cumin
- 1 kutsarita ng pinatuyong oregano
- 1 tasang dark beer (tulad ng stout o ale)
- 2 tasang sabaw ng baka o gulay
- 2 tasang diced na kamatis (sariwa o de-latang)
- ½ tasa tinadtad na cilantro
- 2 tasang frozen o sariwang berdeng mga gisantes
- 4 na katamtamang patatas, binalatan at pinaghiwa-hiwalay
- Asin, sa panlasa
- Pepper, sa panlasa

MGA TAGUBILIN:

a) Init ang langis ng gulay sa isang malaking kaldero o Dutch oven sa katamtamang init.
b) Idagdag ang nilagang karne ng tupa at lutuin hanggang sa mag-brown ang lahat ng panig. Alisin ang karne sa kawali at itabi.
c) Sa parehong palayok, idagdag ang tinadtad na sibuyas at tinadtad na bawang. Igisa hanggang sa maging translucent ang sibuyas.
d) Haluin ang ají amarillo paste, ground cumin, at tuyo na oregano.
e) Magluto ng isa pang minuto upang hayaang maghalo ang mga lasa.
f) Ibalik ang nilagang karne ng tupa sa kaldero at ibuhos ang maitim na beer. Dalhin ang timpla sa kumulo at lutuin ng ilang minuto upang payagan ang alkohol na sumingaw.
g) Idagdag ang sabaw ng baka o gulay at diced na kamatis sa kaldero. Pakuluan ang pinaghalong, pagkatapos ay bawasan ang apoy sa mahina, takpan ang kaldero, at kumulo ng halos 1 oras, o hanggang sa malambot ang tupa.
h) Haluin ang tinadtad na cilantro, berde peas, at quartered na patatas. Patuloy na kumulo para sa isa pang 15-20 minuto, o hanggang sa maluto ang mga patatas at ang mga lasa ay maghalo.
i) Timplahan ng asin at paminta ayon sa panlasa. Ayusin ang pampalasa at kapal ng sarsa ayon sa iyong kagustuhan sa pamamagitan ng pagdaragdag ng mas maraming sabaw kung nais.

41. Adobo/Adobong baboy nilagang

MGA INGREDIENTS:
- 2 libra ng balikat ng baboy o mga piraso ng manok
- 4 cloves na bawang, tinadtad
- 2 kutsarang langis ng gulay
- ¼ tasang puting suka
- 2 kutsarang toyo
- 2 kutsarang aji panca paste (Peruvian red pepper paste)
- 1 kutsarita ng ground cumin
- 1 kutsarita ng pinatuyong oregano
- ½ kutsarita ng ground **itim** pepper
- ½ kutsarita ng asin, o panlasa

MGA TAGUBILIN:

a) Sa isang mangkok, pagsamahin ang tinadtad na bawang, langis ng gulay, puting suka, toyo, aji panca paste, kumin, pinatuyong oregano, itim na paminta, at asin.

b) Haluing mabuti para makabuo ng marinade.

c) Ilagay ang balikat ng baboy o mga piraso ng manok sa isang mababaw na ulam o isang Ziploc bag. Ibuhos ang pag-atsara sa ibabaw ng karne, siguraduhing ito ay mahusay na pinahiran.

d) Takpan ang ulam o i-seal ang bag at palamigin nang hindi bababa sa 2 oras, o mas mabuti sa magdamag, upang payagan ang mga lasa na tumagos sa karne.

e) Painitin muna ang iyong grill o oven sa medium-high heat.

f) Kung gagamit ng grill, alisin ang karne mula sa marinade at ihaw sa katamtamang init hanggang maluto at masunog sa labas.

g) Kung gagamit ng oven, ilagay ang adobong karne sa isang baking sheet at igisa sa 400°F (200°C) sa loob ng mga 25-30 minuto, o hanggang sa maluto at mag-brown ang karne.

h) Kapag luto na, alisin ang karne sa apoy at hayaang magpahinga ng ilang minuto bago hiwain o ihain.

42.Inihaw na Puso ng Karne Mga tuhog

MGA INGREDIENTS:
- 1.5 pounds Puso ng Karneo sirloin stsaak, gupitin sa kasing laki ng kagat
- ¼ tasa ng red wine vinegar
- 3 kutsarang langis ng gulay
- 2 cloves ng bawang, tinadtad
- 1 kutsarang giniling na kumin
- 1 kutsarang paprika
- 1 kutsarita ng pinatuyong oregano
- 1 kutsarita ng sili na pulbos
- Asin, sa panlasa
- Bagong giniling na itim na paminta, sa panlasa
- Mga kahoy na skewer, ibabad sa tubig nang hindi bababa sa 30 minuto
- Salsa de Aji (Peruvian chili sarsa), para ihain

MGA TAGUBILIN:

a) Sa isang malaking mangkok, pagsamahin ang red wine vinegar, vegetable oil, minced garlic, ground cumin, paprika, dried oregano, chili powder, asin, at **itim** pepper.
b) Paghaluin nang mabuti upang lumikha ng marinade.
c) Idagdag ang puso ng baka o mga piraso ng sirloin sa marinade at ihagis upang mabalot nang husto ang karne.
d) Takpan ang mangkok at hayaang mag-marinate ito sa refrigerator sa loob ng hindi bababa sa 2 oras, o mas mabuti sa magdamag, upang hayaang mabuo ang mga lasa.
e) Painitin muna ang iyong grill o broiler sa medium-high heat.
f) I-thread ang inatsara na mga piraso ng karne ng baka sa mga basang kahoy na skewer, na nag-iiwan ng maliit na espasyo sa pagitan ng bawat piraso.
g) I-ihaw o iprito ang anticuchos sa loob ng mga 3-4 minuto bawat gilid, o hanggang maluto ang karne sa nais mong antas ng pagiging handa.
h) Paikutin ang mga skewer paminsan-minsan para sa pantay na pagluluto.
i) Alisin ang nilutong anticuchos mula sa grill o broiler at hayaan silang magpahinga ng ilang minuto bago ihain.

KARAGATANG INDIAN

43. Chevda

MGA INGREDIENTS:
- 2 tasang manipis na vermicelli noodles, pinaghiwa-hiwalay
- 1 tasang inihaw na mani
- 1 tasang inihaw na chickpeas (chana dal)
- 1 tasang inihaw na berdeng lentil (masoor dal)
- 1 tasang tuyong dahon ng kari
- 1 kutsarita ng turmeric powder
- 1 kutsarita ng paprika
- 1 kutsarita ng ground cumin
- 1 kutsarita ng ground coriander
- Asin sa panlasa
- Langis ng gulay para sa pagprito

MGA TAGUBILIN

a) Init ang langis ng gulay sa isang malalim na kawali o kawali sa katamtamang init.

b) Hatiin ang mga bihon ng vermicelli sa maliliit na piraso at idagdag ang mga ito sa mainit na mantika. Iprito ang noodles hanggang maging golden brown at malutong. Alisin ang mga ito mula sa mantika at alisan ng tubig sa mga tuwalya ng papel upang alisin ang labis na mantika. Itabi.

c) Sa parehong kawali, iprito ang inihaw na mani hanggang sa maging medyo madilim ang kulay at malutong. Alisin ang mga ito mula sa langis at alisan ng tubig sa mga tuwalya ng papel. Itabi.

d) Iprito ang Inihaw chickpeas (chana dal) at Inihaw lentils (masoor dal) sa mainit na mantika hanggang sa maging malutong. Alisin ang mga ito mula sa langis at alisan ng tubig sa mga tuwalya ng papel. Itabi.

e) Iprito ang tuyong dahon ng kari sa mainit na mantika ng ilang segundo hanggang sa maging malutong. Alisin ang mga ito mula sa langis at alisan ng tubig sa mga tuwalya ng papel. Itabi.

f) Sa isang malaking mangkok, pagsamahin ang pritong noodles ng vermicelli, mani, chickpeas, lentil, at dahon ng kari.

g) Sa isang maliit na mangkok, paghaluin ang turmeric powder, paprika, ground cumin, ground coriander, at asin.

h) Iwiwisik ang pinaghalong pampalasa sa pinaghalong meryenda sa isang malaking mangkok. Haluing mabuti para pantay-pantay ang lahat ng sangkap sa mga pampalasa.

i) Hayaang lumamig nang lubusan ang Chevda bago ito ilipat sa isang lalagyan ng airtight para sa imbakan.

44. Kenyan Nyama Choma

MGA INGREDIENTS:
- 3 kutsarang langis ng gulay
- 1 pound mutton goat meat o karne ng baka
- asin
- 1 kutsarang luya at garlic paste
- ¼ lemon katas
- Paminta sa panlasa
- 1 tasa ng tubig

MGA TAGUBILIN
a) Hugasan at hayaang matuyo ang karne. Ilagay sa isang mangkok at itabi.
b) Sa isang hiwalay na mangkok, paghaluin ang luya at garlic paste at lemon katas. Pagkatapos ay ibuhos ang timpla sa ibabaw ng karne upang i-marinate ito.
c) Takpan ang karne at mag-iwan ng 2 oras upang ganap na mag-marinate.
d) Painitin ang iyong grill upang maging napakainit.
e) Ikalat ang mantika sa ibabaw ng karne at ilagay ito sa grill.
f) I-dissolve ang asin sa maligamgam na tubig at iwiwisik ito sa karne habang niluluto.
g) Ang uling ay dapat na mababa para ang karne ay mabagal na maluto nang hindi nasusunog.
h) I-flip ang karne sa lahat ng panig hanggang sa lumambot ang labas, at maluto nang mabuti ang loob.
i) Kapag ganap na naluto ang karne, alisin ito sa grill at ihain nang mainit.

45.Nilagang karne ng isda

MGA INGREDIENTS:
- 1 pound isda fillet (tilapia, snapper, o anumang matigas na puting isda)
- 2 kutsarang langis ng gulay
- 1 sibuyas, tinadtad
- 2 kamatis, tinadtad
- 2 cloves ng bawang, tinadtad
- 1-pulgada na piraso ng luya, gadgad
- 1 kutsarita ng turmeric powder
- 1 kutsarita ng cayenne pepper (opsyonal, para sa spiciness)
- 1 tasang gata ng niyog
- 1 tasang sabaw ng isda o gulay
- Asin sa panlasa
- Sariwang cilantro para sa dekorasyon (opsyonal)
- Lutong kanin o ugali para ihain

MGA TAGUBILIN

a) Sa isang malaking kawali, init ang langis ng gulay sa katamtamang init.
b) Idagdag ang tinadtad na sibuyas at igisa hanggang sa maging transparent.
c) Idagdag ang tinadtad na bawang at gadgad na luya. Magluto ng isa pang minuto.
d) Idagdag ang tinadtad na kamatis at lutuin hanggang lumambot.
e) Idagdag ang turmeric powder at cayenne pepper (kung ginagamit) sa kawali at haluing mabuti.
f) Ilagay ang mga fillet ng isda sa kawali at lutuin ng ilang minuto sa magkabilang panig hanggang sa bahagyang kayumanggi.
g) Ibuhos ang gata ng niyog at sabaw ng isda o gulay.
h) Timplahan ng asin at ihalo ang lahat.
i) Takpan ang kawali at hayaang kumulo ang nilagang isda ng humigit-kumulang 10-15 minuto, o hanggang sa maluto ang isda at maayos na ang lasa.
j) Palamutihan ng sariwang cilantro, kung ninanais.

46. Luyang alak

MGA INGREDIENTS:
- 1 tasang gadgad na sariwang luya
- 1 tasang asukal
- 1 lemon, tinadtad
- 8 tasang tubig
- Yelo

MGA TAGUBILIN
a) Sa isang malaking palayok, pakuluan ang 4 na tasa ng tubig.
b) Idagdag ang gadgad na luya sa kumukulong tubig at hayaang kumulo ng mga 10 minuto.
c) Alisin mula sa init at salain ang tubig na binuhusan ng luya sa isang pitsel.
d) Magdagdag ng asukal at haluing mabuti hanggang sa matunaw.
e) Ibuhos ang lemon katas at ang natitirang 4 na tasa ng malamig na tubig.
f) Haluin upang pagsamahin ang lahat ng mga sangkap.
g) Palamigin ang Stoney Tangawizi sa loob ng ilang oras upang hayaang mabuo ang mga lasa.
h) Ihain ang ginger beer sa ibabaw ng mga ice cube para sa isang nakakapreskong at maanghang na inumin.

47. Masala Omelette

MGA INGREDIENTS:
- 2-3 itlog
- 1/4 tasa ng pinong tinadtad na sibuyas
- 1/4 tasa tinadtad na kamatis
- 1-2 berdeng sili, tinadtad
- 1/4 kutsarita na buto ng kumin
- 1/4 kutsarita ng turmeric powder
- 1/4 kutsarita ng pulang sili na pulbos
- Asin sa panlasa
- Tinadtad na dahon ng kulantro para sa dekorasyon

MGA TAGUBILIN:

a) Talunin ang mga itlog sa isang mangkok at magdagdag ng tinadtad na sibuyas, kamatis, berdeng sili, buto ng kumin, turmeric powder, pulang sili na pulbos, at asin.

b) Haluing mabuti at ibuhos ang pinaghalong sa isang mainit at greased na kawali.

c) Lutuin hanggang maluto ang omelette, i-flip, at lutuin ang kabilang panig.

d) Palamutihan ng tinadtad na dahon ng kulantro at ihain nang mainit.

48. Ch ai Palamigan

MGA INGREDIENTS:
- ¾ tasa ng chai, pinalamig
- ¾ tasa vanilla soy milk, pinalamig
- 2 tablespoons frozen apple katas concentrate, lasaw
- ½ saging, hiniwa at nagyelo

MGA TAGUBILIN:
a) Sa isang blender, pagsamahin ang chai, soy milk, apple katas concentrate, at saging.
b) Haluin hanggang makinis at mag-atas.
c) Ihain kaagad.

49.Paratha na pinalamanan ng kuliplor

MGA INGREDIENTS:
- 2 tasa (300 g) gadgad na kuliplor ¼ ulo)
- 1 kutsarita ng magaspang na asin sa dagat
- ½ kutsarita garam masala
- ½ kutsarita ng turmeric powder
- 1 batch Basic Roti Dough

MGA TAGUBILIN:

a) Sa isang malalim na mangkok, paghaluin ang kuliplor, asin, garam masala, at turmerik.

b) Kapag natapos na ang pagpuno, simulan ang pag-gumulong out ng roti dough. Magsimula sa paggawa ng Basic Roti Dough. Hilahin ang isang piraso na halos kasing laki ng bola ng golf (mga 5 cm ang diyametro) at igulong ito sa pagitan ng magkabilang palad upang mahubog ito sa isang bola. Pindutin ito sa pagitan ng magkabilang palad para patagin ito nang bahagya, at igulong ito sa ibabaw ng bahagyang nilagyan ng harina hanggang sa humigit-kumulang 5 pulgada (12.5 cm) ang lapad.

c) Maglagay ng isang dollop (isang nagtatambak na kutsara) ng kuliplor filling sa gitna mismo ng gumulonged-out dough. Tiklupin sa lahat ng panig upang magtagpo ang mga ito sa gitna, mahalagang gumawa ng isang parisukat. Isawsaw nang bahagya ang magkabilang panig ng parisukat sa tuyong harina.

d) Igulong ito sa isang ibabaw na bahagyang binuburan ng harina hanggang sa maging manipis at pabilog, mga 10 pulgada (25 cm) ang lapad. Maaaring hindi ito ganap na bilog, at ang ilan sa mga pagpuno ay maaaring dumaan nang bahagya, ngunit iyan ay OK lang.

e) Mag-init ng tava o isang mabigat na kawali sa katamtamang init. Kapag mainit na, ilagay ang parathas sa kawali at painitin sa loob ng 30 segundo, hanggang sa ito ay matibay lamang upang baligtarin ngunit hindi ganap na matigas o matuyo. Ang hakbang na ito ay kritikal sa paggawa ng talagang masarap na Parathas. Magmumukhang kakaluto pa lang pero medyo hilaw pa. Magluto ng 30 segundo sa kabaligtaran. Samantala, langisan ng bahagya ang gilid na nakaharap sa itaas, i-flip ito, langisan ng bahagya ang kabilang panig, at lutuin ang magkabilang panig hanggang sa bahagyang kayumanggi. Ihain kaagad na may kasamang mantikilya, matamis na soy yogurt, o Indian pickle (achaar).

50. Tinapay na Pinalamanan ng Spinach

MGA INGREDIENTS:
- 3 tasa (603 g) 100% whole-trigo chapati harina (atta)
- 2 tasa (60 g) sariwang spinach, pinutol at pinong tinadtad
- 1 tasa (237 mL) na tubig
- 1 kutsarita ng magaspang na asin sa dagat

MGA TAGUBILIN:

a) Sa isang food processor, timpla ang harina at spinach. Ito ay magiging isang crumbly mixture.

b) Idagdag ang tubig at asin. Iproseso hanggang sa maging malagkit na bola ang masa.

c) Ilipat ang kuwarta sa isang malalim na mangkok o sa iyong maliit na harina na countertop at masahin ng ilang minuto hanggang ito ay makinis na parang pizza dough. Kung ang masa ay malagkit, magdagdag ng kaunting harina. Kung ito ay masyadong tuyo, magdagdag ng kaunting tubig.

d) Hilahin ang isang piraso ng kuwarta na halos kasing laki ng bola ng golf (mga 5 cm ang diyametro) at igulong ito sa pagitan ng magkabilang palad upang mahubog ito sa isang bola. Pindutin ito sa pagitan ng magkabilang palad para patagin ito nang bahagya, at igulong ito sa ibabaw ng bahagyang nilagyan ng harina hanggang sa humigit-kumulang 5 pulgada (12.5 cm) ang lapad.

e) Mag-init ng tava o isang mabigat na kawali sa katamtamang init. Kapag mainit na, ilagay ang Paratha sa kawali at painitin sa loob ng 30 segundo, hanggang sa ito ay matibay lamang upang baligtarin ngunit hindi ganap na matigas o matuyo.

f) Magluto ng 30 segundo sa kabaligtaran. Samantala, langisan ng bahagya ang gilid na nakaharap sa itaas, i-flip ito, langisan ng bahagya ang kabilang panig, at lutuin ang magkabilang panig hanggang sa bahagyang kayumanggi.

g) Ihain kaagad na may kasamang mantikilya, matamis na soy yogurt, o Indian pickle (achaar).

51. Malasang Bitak na Trigo na may Cashews

MGA INGREDIENTS:
- 1 tasa (160 g) basag na trigo
- 1 kutsarang mantika
- 1 kutsarita ng itim na buto ng mustasa
- 4-5 dahon ng kari, tinadtad nang magaspang
- ½ katamtamang dilaw o pulang sibuyas, binalatan at hiniwa
- 1 maliit na karot, binalatan at diced
- ½ tasa (145 g) na mga gisantes, sariwa o nagyelo
- 1–2 Thai, serrano, o cayenne chiles,
- ¼ tasa (35 g) hilaw na kasoy, tuyo na inihaw
- 1 kutsarita ng magaspang na asin sa dagat
- 2 tasa (474 mL) na kumukulong tubig
- Katas ng 1 medium lemon

MGA TAGUBILIN:

a) Sa isang mabigat na sauté pan sa katamtamang init, tuyo na inihaw ang basag na trigo sa loob ng mga 7 minuto, hanggang sa ito ay bahagyang kayumanggi. Ilipat sa isang plato upang palamig.

b) Init ang mantika sa isang malalim at mabigat na kawali sa medium-high heat.

c) Idagdag ang buto ng mustasa at lutuin hanggang sa sumirit, mga 30 segundo.

d) Idagdag ang mga dahon ng kari, sibuyas, karot, gisantes, at sili. Maglutong 2 hanggang 3 minuto, paminsan-minsang pagpapakilos, hanggang ang mga sibuyas ay magsimulang bahagyang kayumanggi.

e) Idagdag ang basag na trigo, kasoy, at asin. Haluing mabuti.

f) Idagdag ang kumukulong tubig sa pinaghalong. Gawin ito nang maingat, dahil ito ay tumalsik. Kinuha ko ang takip ng malaking kawali at hinawakan ito sa harap ko gamit ang kanang kamay ko habang binubuhos ang tubig gamit ang kaliwa ko. Sa sandaling ang tubig ay nasa doon, pinapalitan ko ang takip at hayaan ang pinaghalong tumira nang isang minuto. Bilang kahalili, maaari mong pansamantalang patayin ang init habang nagbubuhos ka sa tubig.

g) Kapag nakapasok na ang tubig, bawasan ang apoy sa mahina at lutuin ang timpla nang walang takip hanggang sa masipsip ang lahat ng likido.

h) Idagdag ang lemon katas sa pinakadulo ng oras ng pagluluto. Ilagay muli ang takip sa kawali, patayin ang apoy, at hayaang umupo ang pinaghalong 15 minuto upang mas mahusay na masipsip ang lahat ng lasa.

i) Ihain kaagad na may toast spread na may butter, mashed banana, o maanghang na berde chile pepper chutney.

52. Chai Pinalasang mainit na tsokolate

MGA INGREDIENTS:
- 2 tasang gatas (pagawaan ng gatas o alternatibong gatas)
- 2 kutsarang cocoa powder
- 2 kutsarang asukal (adjust sa panlasa)
- 1 kutsarita dahon ng chai tsaa (o 1 chai tsaa bag)
- ½ kutsarita ng giniling na kanela
- ¼ kutsarita ng ground cardamom
- Kurot ng giniling na luya
- Whipped krema at isang sprinkle ng cinnamon para sa dekorasyon

MGA TAGUBILIN:

a) Sa isang kasirola, initin ang gatas sa katamtamang apoy hanggang sa mainit ngunit hindi kumukulo.

b) Idagdag ang dahon ng chai tsaa (o tsaa bag) sa gatas at hayaan itong matarik ng 5 minuto. Alisin ang mga dahon ng tsaa o bag ng tsaa.

c) Sa isang maliit na mangkok, haluin ang cocoa powder, asukal, kanela, cardamom, at luya.

d) Dahan-dahang ihalo ang pinaghalong kakaw sa mainit na gatas hanggang sa maayos at makinis.

e) Patuloy na painitin ang pinalasang mainit na tsokolate, pagpapakilos paminsan-minsan, hanggang sa maabot nito ang iyong nais na temperatura.

f) Ibuhos sa mga mug, itaas na may whipped krema, at budburan ng kanela. Ihain at magsaya!

53. Chickpea Harina Crêpes

MGA INGREDIENTS:
- 2 tasa (184 g) gramo (chickpea) harina (besan)
- 1½ tasa (356 g) ng tubig
- 1 maliit na sibuyas, binalatan at tinadtad (mga ½ tasa [75 g])
- 1-piraso na ugat ng luya, binalatan at gadgad o tinadtad
- 1–3 berdeng Thai, serrano, o cayenne chiles, tinadtad
- ¼ tasa (7 g) pinatuyong dahon ng fenugreek (kasoori methi)
- ½ tasa (8 g) sariwang cilantro, tinadtad
- 1 kutsarita ng magaspang na asin sa dagat
- ½ kutsarita ng ground coriander
- ½ kutsarita ng turmeric powder
- 1 kutsarita red chile powder o cayenne Oil, para sa pagprito ng kawali

MGA TAGUBILIN:
a) Sa isang malalim na mangkok, paghaluin ang harina at tubig hanggang sa makinis. Gusto kong magsimula sa isang whisk at pagkatapos ay gamitin ang likod ng isang kutsara upang basagin ang maliliit na kumpol ng harina na karaniwang nabubuo.
b) Hayaang umupo ang timpla nang hindi bababa sa 20 minuto.
c) Idagdag ang natitirang Sangkap, maliban sa mantika, at haluing mabuti.
d) Magpainit ng kawaling kawayan sa katamtamang init.
e) Magdagdag ng ½ kutsarita ng mantika at ikalat ito sa kawali gamit ang likod ng kutsara o tuwalya ng papel. Maaari ka ring gumamit ng spray sa pagluluto upang pantay na takpan ang kawali.
f) Gamit ang isang sandok, ibuhos ang ¼ tasa (59 mL) ng batter sa gitna ng kawali. Sa likod ng sandok, ikalat ang batter sa isang pabilog, clockwise na paggalaw mula sa gitna patungo sa labas ng kawali upang lumikha ng manipis, bilog na pankeik na mga 5 pulgada (12.5 cm) ang lapad.
g) Lutuin ang poora hanggang bahagyang kayumanggi sa isang gilid, mga 2 minuto, at pagkatapos ay i-flip ito upang maluto sa kabilang panig. Pindutin gamit ang spatula upang matiyak na luto din ang gitna.
h) Lutuin ang natitirang batter, magdagdag ng mantika kung kinakailangan upang maiwasan ang pagdikit.
i) Ihain kasama ng aking Mint o Peach Chutney.

54. Krema ng Trigo Crêpes

MGA INGREDIENTS:
- 3 tasa (534 g) krema ng trigo (sooji)
- 2 tasa (474 mL) walang tamis na plain soy yogurt
- 3 tasa (711 mL) na tubig
- 1 kutsarita ng magaspang na asin sa dagat
- ½ kutsarita ng ground **itim** pepper
- ½ kutsarita ng pulang chile powder o cayenne
- ½ dilaw o pulang sibuyas, binalatan at hiniwa ng pino
- 1–2 berdeng Thai, serrano, o cayenne chiles, tinadtad
- Mantika, para sa pagprito ng kawali, itabi sa isang maliit na mangkok
- ½ malaking sibuyas, binalatan at hinati (para sa paghahanda ng kawali)

MGA TAGUBILIN:

a) Sa isang malalim na mangkok, paghaluin ang krema ng trigo, yogurt, tubig, asin, itim na paminta, at pulang chile powder at itabi ito ng 30 minuto upang bahagyang mag-ferment.

b) Idagdag ang tinadtad na sibuyas at sili. Haluin ng malumanay.

c) Magpainit ng kawaling kawayan sa katamtamang init. Maglagay ng 1 kutsarita ng mantika sa kawali.

d) Kapag mainit na ang kawali, idikit ang isang tinidor sa hindi pinutol, bilugan na bahagi ng sibuyas. Hawakan ang hawakan ng tinidor, kuskusin ang hiniwang kalahati ng sibuyas pabalik-balik sa iyong kawali. Ang kumbinasyon ng init, katas ng sibuyas, at langis ay nakakatulong na maiwasan ang pagdidikit ng iyong kasalanan. Panatilihin ang sibuyas na may nakapasok na tinidor na madaling gamitin upang magamit muli sa pagitan ng mga dosa. Kapag ito ay naitim mula sa kawali, hiwain lamang ng manipis ang harapan.

e) Panatilihin ang isang maliit na mangkok ng langis sa gilid na may isang kutsara-magagamit mo ito sa ibang pagkakataon.

f) Ngayon, sa wakas ay sa pagluluto! Maglagay ng higit pa sa ¼ tasa (59 mL) ng batter sa gitna ng iyong mainit at nakahandang kawali. Sa likod ng iyong sandok, dahan-dahang gumawa ng clockwise na mga galaw mula sa gitna hanggang sa panlabas na gilid ng kawali hanggang sa maging manipis ang batter at parang crêpe. Kung ang timpla ay agad na nagsisimulang bumula, bahagyang bawasan ang iyong init.

g) Gamit ang isang maliit na kutsara, ibuhos ang isang manipis na stream ng langis sa isang bilog sa paligid ng batter.

h) Hayaang maluto ang dosa hanggang sa ito ay bahagyang browned at humiwalay sa kawali. I-flip at lutuin ang kabilang panig.

55. Masala Tofu Pag-aagawan

MGA INGREDIENTS:
- 14-onsa na pakete na sobrang matatag na organic tofu
- 1 kutsarang mantika
- 1 kutsaritang buto ng kumin
- ½ maliit na puti o pulang sibuyas, binalatan at tinadtad
- 1 pirasong ugat ng luya, binalatan at gadgad
- 1–2 berdeng Thai, serrano, o cayenne chiles, tinadtad
- ½ kutsarita ng turmeric powder
- ½ kutsarita ng pulang chile powder o cayenne
- ½ kutsarita ng magaspang na asin sa dagat
- ½ kutsarita ng itim na asin
- ¼ tasa (4 g) sariwang cilantro, tinadtad

MGA TAGUBILIN:
a) Durugin ang tofu gamit ang iyong mga kamay at itabi ito.
b) Sa isang mabigat at patag na kawali, initin ang mantika sa katamtamang init.
c) Idagdag ang kumin at lutuin hanggang sa sumirit ang mga buto, mga 30 segundo.
d) Idagdag ang sibuyas, ugat ng luya, sili, at turmerik. Lutuin at kayumanggi sa loob ng 1 hanggang 2 minuto, haluin upang hindi dumikit.
e) Idagdag ang tofu at haluing mabuti upang matiyak na ang buong timpla ay nagiging dilaw mula sa turmerik.
f) Idagdag ang red chile powder, sea salt, **itim** salt (kala namak), at cilantro. Haluing mabuti.
g) Ihain kasama ng toast o nirolyo sa mainit na tinapay o paratha wrap.

56.Matamis na Pankeik

MGA INGREDIENTS:
- 1 tasa (201 g) 100% whole-trigo chapati harina
- ½ tasa (100 g) jaggery
- ½ kutsarita na buto ng haras
- 1 tasa (237 mL) na tubig

MGA TAGUBILIN:
a) Paghaluin ang lahat ng Sangkap sa isang malalim na mangkok at hayaang umupo ang batter nang hindi bababa sa 15 minuto.
b) Magpainit ng bahagyang mantikang kawali o kawali sa katamtamang init. Ibuhos o i-scoop ang batter sa griddle, gamit ang humigit-kumulang ¼ tasa (59 mL) para sa bawat poora. Ang lansihin ay bahagyang ikalat ang batter gamit ang likod ng sandok mula sa gitna sa isang pakanan na paggalaw nang hindi masyadong pinanipis.
c) Kayumanggi sa magkabilang panig at ihain nang mainit.

57.Sinigang na Chai Gatas

MGA INGREDIENTS:
- 180ml na semi-skimmed na gatas
- 1 kutsarang light soft brown sugar
- 4 na cardamom pod, nahati
- 1 star anise
- ½ kutsarita ng giniling na luya
- ½ kutsarita ng ground nutmeg
- ½ kutsarita ng giniling na kanela
- 1 oats sachet

MGA TAGUBILIN:

a) Ilagay ang gatas, asukal, cardamom, star anise, at ¼ kutsarita bawat isa ng luya, nutmeg, at kanela sa isang maliit na kawali at pakuluan, hinahalo paminsan-minsan, hanggang sa matunaw ang asukal.

b) Salain sa isang pitsel, itapon ang buong pampalasa, pagkatapos ay bumalik sa kawali at gamitin ang infused milk upang lutuin ang mga oats ayon sa mga tagubilin sa pakete. Kutsara sa isang mangkok.

c) Paghaluin ang natitirang ¼ kutsarita bawat luya, nutmeg, at kanela hanggang sa pantay-pantay na pagsamahin pagkatapos ay gamitin upang alabok ang tuktok ng lugaw, gamit ang gatas template upang lumikha ng kakaibang pattern, kung gusto mo.

58.Pampalasa Stovetop Popcorn

MGA INGREDIENTS:
- 1 kutsarang mantika
- ½ tasa (100 g) hilaw na butil ng popcorn
- 1 kutsarita ng magaspang na asin sa dagat
- 1 kutsarita garam masala, Chaat Masala o Sambhar Masala

MGA TAGUBILIN:

a) Sa isang malalim at mabigat na kawali, initin ang mantika sa katamtamang init.
b) Idagdag ang mga butil ng popcorn.
c) Takpan ang kawali at gawing medium-low ang apoy.
d) Lutuin hanggang bumagal ang popping sound, 6 hanggang 8 minuto.
e) Patayin ang apoy at hayaang umupo ang popcorn na nakabukas ang takip para sa isa pang 3 minuto.
f) Budburan ng asin at masala. Ihain kaagad.
g) Gamit ang mga sipit, kumuha ng isang papad sa isang pagkakataon at init ito sa ibabaw ng stovetop. Kung mayroon kang gas stove, lutuin ito sa ibabaw mismo ng apoy, maging maingat sa pagbubuga ng mga piraso na nasusunog. Patuloy na i-flip ang mga ito nang pabalik-balik hanggang sa maluto at malutong ang lahat ng bahagi. Kung gumagamit ng electric stove, initin ang mga ito sa wire rack na nakalagay sa ibabaw ng burner at patuloy na i-flip hanggang sa malutong. Mag-ingat—madali silang masunog.
h) Isalansan ang mga papad at ihain kaagad bilang meryenda o kasama ng hapunan.

59.Inihaw na Masala Kulay ng nuwes

MGA INGREDIENTS:
- 2 tasa (276 g) hilaw na kasoy
- 2 tasa (286 g) hilaw na almendras
- 1 kutsarang garam masala, Chaat Masala o Sambhar Masala
- 1 kutsarita ng magaspang na asin sa dagat
- 1 kutsarang mantika
- ¼ tasa (41 g) gintong pasas

MGA TAGUBILIN:
a) Magtakda ng oven rack sa pinakamataas na posisyon at painitin muna ang oven sa 425°F (220°C). Lagyan ng aluminum foil ang baking sheet para madaling linisin.
b) Sa isang malalim na mangkok, paghaluin ang lahat ng Sangkap maliban sa mga pasas hanggang ang mga mani ay pantay na pinahiran.
c) Ayusin ang pinaghalong nut sa isang solong layer sa inihandang baking sheet.
d) Maghurno ng 10 minuto, haluin nang dahan-dahan sa kalahati ng oras ng pagluluto upang matiyak na pantay-pantay ang pagkaluto ng mga mani.
e) Alisin ang kawali mula sa oven. Idagdag ang mga pasas at hayaang lumamig ang pinaghalong hindi bababa sa 20 minuto. Ang hakbang na ito ay mahalaga. Ang mga nilutong kulay ng nuwes ay nagiging chewy, ngunit bumabalik ang kanilang crunchiness kapag sila ay lumamig. Ihain kaagad o iimbak sa lalagyan na hindi tinatagusan ng hangin nang hanggang isang buwan.

60.Chai-Pampalasa Inihaw na Almendrasat Cashews

MGA INGREDIENTS:
- 2 tasa (276 g) hilaw na kasoy
- 2 tasa (286 g) hilaw na almendras
- 1 kutsarang Chai Masala
- 1 kutsarang jaggery (gur) o brown sugar
- ½ kutsarita ng magaspang na asin sa dagat
- 1 kutsarang mantika

MGA TAGUBILIN:

a) Magtakda ng oven rack sa pinakamataas na posisyon at painitin muna ang oven sa 425°F (220°C). Lagyan ng aluminum foil ang baking sheet para madaling linisin.

b) Sa isang malalim na mangkok, pagsamahin ang lahat ng Sangkap at haluing mabuti hanggang sa mapantayan ang mga mani.

c) Ayusin ang pinaghalong nut sa isang solong layer sa inihandang baking sheet.

d) Maghurno ng 10 minuto, paghahalo sa kalahati ng oras ng pagluluto upang matiyak na ang pinaghalong luto ay pantay.

e) Alisin ang baking sheet mula sa oven at hayaang lumamig ang pinaghalong mga 20 minuto. Ang hakbang na ito ay mahalaga. Ang mga nilutong kulay ng nuwes ay nagiging chewy, ngunit bumabalik ang kanilang crunchiness kapag sila ay lumamig.

f) Ihain kaagad o iimbak sa lalagyan na hindi tinatagusan ng hangin nang hanggang isang buwan.

61. Mga Inihurnong Veggie Squares

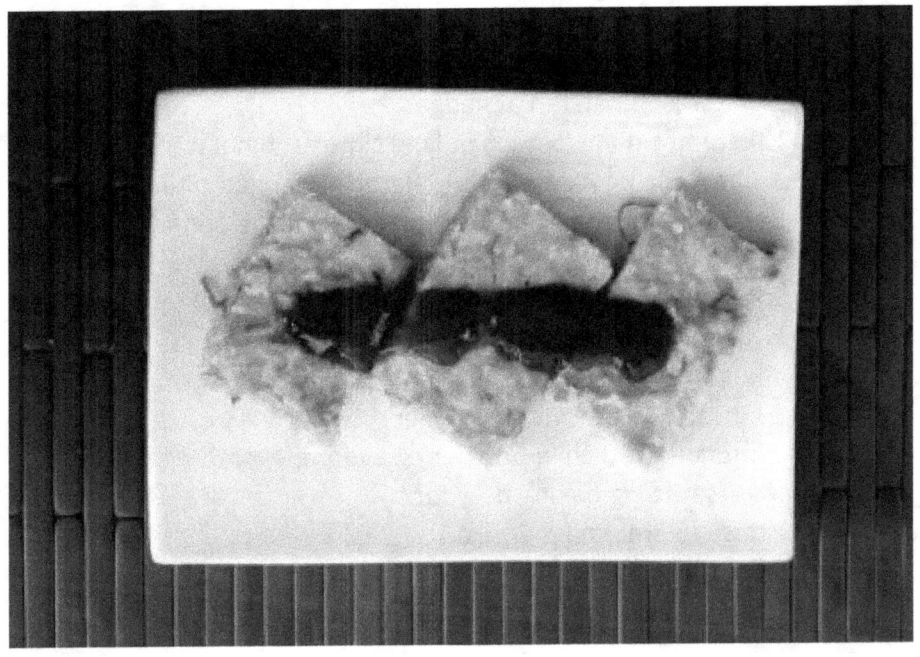

MGA INGREDIENTS:
- 2 tasa (140 g) gadgad na puting repolyo (½ maliit na ulo)
- 1 tasa (100 g) grated kuliplor (¼ medium head)
- 1 tasa (124 g) gadgad na zucchini
- ½ patatas, binalatan at gadgad
- ½ katamtamang dilaw o pulang sibuyas, binalatan at hiniwa
- 1-piraso na ugat ng luya, binalatan at gadgad o tinadtad
- 3–4 berdeng Thai, serrano, o cayenne chiles, tinadtad
- ¼ tasa (4 g) tinadtad na sariwang cilantro
- 3 tasa (276 g) gramo (chickpea) harina (besan)
- ½ 12-onsa na pakete ng silken tofu
- 1 kutsarang coarse sea salt
- 1 kutsarita ng turmeric powder
- 1 kutsarita red chile powder o cayenne
- ¼ kutsarita ng baking powder
- ¼ tasa (59 mL) na mantika

MGA TAGUBILIN:

a) Magtakda ng oven rack sa gitnang posisyon at painitin muna ang oven sa 350°F (180°C). Langis ang isang 10-inch (25-cm) square baking pan. Gumamit ng mas malaking baking pan kung gusto mo ng mas manipis at malutong na pakora.

b) Sa isang malalim na mangkok, pagsamahin ang repolyo, kuliplor, zucchini, patatas, sibuyas, ugat ng luya, sili, at cilantro.

c) Idagdag ang harina at haluin nang dahan-dahan hanggang sa mahusay na pinagsama. Nakakatulong na gamitin ang iyong mga kamay para talagang pagsamahin ang lahat.

d) Sa isang food processor, blender, o mas malakas na blender, timpla ang tofu hanggang makinis.

e) Idagdag ang pinaghalo na tofu, asin, turmeric, red chile powder, baking powder, at mantika sa pinaghalong gulay. Haluin.

f) Ibuhos ang halo sa inihandang baking pan.

g) Maghurno ng 45 hanggang 50 minuto, depende sa kung gaano kainit ang iyong oven. Ang ulam ay tapos na kapag ang isang toothpick na ipinasok sa gitna ay lumabas na malinis.

h) Palamigin ng 10 minuto at gupitin sa mga parisukat. Ihain kasama ang iyong paboritong chutney.

62.Chai Pampalasa Inihaw Kulay ng nuwes

MGA INGREDIENTS:
- 4 na tasa ng unsalted mixed kulay ng nuwes
- ¼ tasa ng maple syrup
- 3 kutsara ng tinunaw na langis ng niyog
- 2 kutsarang asukal sa niyog
- 3 kutsarita ng giniling na luya
- 2 kutsarita ng ground cinnamon
- 2 kutsarita ng ground cardamom
- 1 kutsarita ng ground allspice
- 1 kutsarita ng Purong Vanilla Powder
- ½ kutsarita ng asin
- ¼ kutsarita ng itim na paminta

MGA TAGUBILIN:

a) Painitin muna ang iyong oven sa 325°F (163°C). Lagyan ng parchment paper ang isang rimmed baking sheet at itabi ito.

b) Sa isang malaking mangkok ng paghahalo, pagsamahin ang lahat ng mga sangkap maliban sa mga mani. Haluing mabuti para makabuo ng masarap na timpla.

c) Idagdag ang halo-halong mani sa mangkok at ihagis ang mga ito hanggang sa pantay-pantay ang mga ito sa pinaghalong pampalasa.

d) Ikalat ang pinahiran na mga mani sa inihandang baking sheet sa isang pantay na layer.

e) Inihaw ang mga mani sa preheated oven nang humigit-kumulang 20 minuto. Tandaan na paikutin ang kawali at pukawin ang mga mani sa kalahati ng oras ng pag-ihaw upang matiyak na pantay ang pagluluto.

f) Kapag tapos na, alisin ang mga inihaw na mani mula sa oven at hayaang lumamig nang buo.

g) Itago ang iyong chai-pampalasa Inihaw kulay ng nuwes sa isang lalagyan ng airtight sa temperatura ng kuwarto para sa masarap na meryenda.

63. Inihaw Talong Dip

MGA INGREDIENTS:
- 3 katamtamang eggplants na may balat (ang malaki, bilog, purple variety)
- 2 kutsarang mantika
- 1 kutsarita na buto ng kumin
- 1 kutsarita ng ground coriander
- 1 kutsarita ng turmeric powder
- 1 malaking dilaw o pulang sibuyas, binalatan at hiniwa
- 1 (2-pulgada [5-cm]) na piraso ng ugat ng luya, binalatan at ginadgad o tinadtad
- 8 cloves ng bawang, binalatan at gadgad o tinadtad
- 2 medium na kamatis, binalatan (kung maaari) at diced
- 1–4 berdeng Thai, serrano, o cayenne chiles, tinadtad
- 1 kutsarita red chile powder o cayenne
- 1 kutsarang coarse sea salt

MGA TAGUBILIN:

a) Magtakda ng oven rack sa pangalawang pinakamataas na posisyon. Painitin muna ang broiler sa 500°F (260°C). Lagyan ng aluminum foil ang baking sheet para maiwasan ang gulo mamaya.

b) Sundutin ang mga butas sa talong gamit ang isang tinidor (para maglabas ng singaw) at ilagay ito sa baking sheet. Iprito sa loob ng 30 minuto, paikutin nang isang beses. Ang balat ay masusunog at masusunog sa ilang mga lugar kapag sila ay tapos na. Alisin ang baking sheet sa oven at hayaang lumamig ang talong ng hindi bababa sa 15 minuto. Gamit ang isang matalim na kutsilyo, at gupitin ang isang split pahaba mula sa isang dulo ng bawat talong hanggang sa isa, at hilahin ito bukas nang bahagya. Kunin ang inihaw na laman sa loob, maging maingat upang maiwasan ang singaw at magsalba ng mas maraming katas hangga't maaari. Ilagay ang inihaw na laman ng talong sa isang mangkok—magkakaroon ka ng mga 4 na tasa (948 mL).

c) Sa isang malalim at mabigat na kawali, initin ang mantika sa katamtamang init.

d) Idagdag ang kumin at lutuin hanggang sa kumulo, mga 30 segundo.

e) Idagdag ang kulantro at turmerik. Paghaluin at lutuin ng 30 segundo.

f) Idagdag ang sibuyas at kayumanggi sa loob ng 2 minuto.

g) Idagdag ang ugat ng luya at bawang at lutuin ng 2 minuto pa.

h) Idagdag ang mga kamatis at sili. Magluto ng 3 minuto, hanggang lumambot ang timpla.

i) Idagdag ang laman mula sa mga inihaw na talong at lutuin ng isa pang 5 minuto, paghahalo paminsan-minsan upang hindi dumikit.

j) Idagdag ang red chile powder at asin. Sa puntong ito, dapat mo ring alisin at itapon ang anumang naliligaw na piraso ng nasunog na balat ng talong.

k) Haluin ang halo na ito gamit ang isang immersion blender o sa isang hiwalay na blender. Huwag labis-labis—dapat mayroon pa ring texture. Ihain kasama ng toasted naan slices, crackers, o tortilla chips. Maaari mo ring ihain ito ayon sa kaugalian kasama ng Indian na pagkain ng roti, lentil, at raita.

64.Pampalasa KamotePatties

MGA INGREDIENTS:

- 1 malaking kamote (o puting patatas), binalatan at hiniwa
- ½-pulgada (13-mm) na dice (mga 4 na tasa [600 g])
- 3 kutsara (45 mL) na mantika, hinati
- 1 kutsaritang buto ng kumin
- ½ katamtamang dilaw o pulang sibuyas, binalatan at pinong diced
- 1 (1-pulgada [2.5-g]) na piraso ng ugat ng luya, binalatan at ginadgad o tinadtad
- 1 kutsarita ng turmeric powder
- 1 kutsarita ng ground coriander
- 1 kutsarita garam masala
- 1 kutsarita red chile powder o cayenne
- 1 tasa (145 g) mga gisantes, sariwa o frozen (defrost muna)
- 1–2 berdeng Thai, serrano, o cayenne chiles, tinadtad
- 1 kutsarita ng magaspang na asin sa dagat
- ½ tasa (46 g) gramo (chickpea) harina (besan)
- 1 kutsarang lemon katas
- Tinadtad na sariwang perehil o cilantro, para sa dekorasyon

MGA TAGUBILIN:

a) Pakuluan ang patatas hanggang malambot, mga 7 minuto. Hayaang lumamig. Gamitin ang iyong mga kamay o isang patatas masher upang marahan itong masira. Magkakaroon ka ng humigit-kumulang 3 tasa (630 g) mashed patatas sa puntong ito.

b) Sa isang mababaw na kawali, painitin ang 2 kutsara ng mantika sa katamtamang init.

c) Idagdag ang kumin at lutuin hanggang sa kumulo at bahagyang browned, mga 30 segundo.

d) Idagdag ang sibuyas, ugat ng luya, turmerik, kulantro, garam masala, at pulang chile powder. Magluto hanggang malambot, isa pang 2 hanggang 3 minuto. Hayaang lumamig ang timpla.

e) Kapag ito ay lumamig, idagdag ang timpla sa patatas, na sinusundan ng mga gisantes, berdeng sili, asin, gramo na harina, at lemon katas.

f) Haluing mabuti gamit ang iyong mga kamay o malaking kutsara.

g) Buuin ang timpla sa maliliit na patties at itabi ang mga ito sa isang tray.

h) Sa isang malaki at mabigat na kawali, init ang natitirang 1 kutsara ng mantika sa katamtamang init. Lutuin ang mga patties sa mga batch ng 2 hanggang 4, depende sa laki ng kawali, para sa mga 2 hanggang 3 minuto bawat gilid, hanggang sa browned.

i) Ihain nang mainit, pinalamutian ng tinadtad na sariwang perehil o cilantro. Ang patty na ito ay maaaring kainin bilang isang sandwich, sa isang kama ng lettuce, o bilang isang masayang bahagi sa iyong entrée. Ang timpla ay mananatili sa loob ng 3 hanggang 4 na araw sa refrigerator. Upang gawing mas tradisyonal na patty, gumamit ng regular na patatas sa halip na kamote.

65. Mga Sandwich ng Veggie Salad ni Sharon

MGA INGREDIENTS:
- 1 malaking kamatis, gupitin sa makapal na hiwa
- 1 malaking bell pepper, hiniwa ng manipis na mga singsing
- 1 malaking pulang sibuyas, binalatan at hiniwa ng manipis na mga singsing
- Katas ng 1 lemon
- ½ kutsarita ng magaspang na asin sa dagat
- ½ kutsarita **itim** salt (kala namak)

MGA TAGUBILIN:
a) Ayusin ang mga gulay sa plato na may mga kamatis muna, pagkatapos ay mga paminta, at mga singsing ng sibuyas sa ibabaw.
b) Budburan ang mga gulay na may lemon katas, sea salt, at **itim** salt.
c) Ihain kaagad. Ang pag-upo sa iyong damuhan sa harap at paggawa ng mga sandwich ay opsyonal.

66. Soy Yogurt Raita

MGA INGREDIENTS:
- 1 tasa (237 mL) plain, unsweetened soy yogurt
- 1 pipino, binalatan, gadgad, at piniga upang maalis ang labis na tubig
- ½ kutsarita ng Inihaw Ground Cumin
- ½ kutsarita ng magaspang na asin sa dagat
- ½ kutsarita **itim** salt (kala namak)
- ½ kutsarita ng pulang sili na pulbos
- Katas ng ½ lemon o dayap

MGA TAGUBILIN:
a) Sa isang mangkok, paghaluin ang lahat ng mga sangkap. Ihain kaagad.

67. Pampalasa Tofu, at Tomatoes

MGA INGREDIENTS:

- 2 kutsarang mantika
- 1 nagtatambak na kutsarang buto ng kumin
- 1 kutsarita ng turmeric powder
- 1 medium pula o dilaw na sibuyas, binalatan at tinadtad
- 1 (2-pulgada [5-cm]) na piraso ng ugat ng luya, binalatan at ginadgad o tinadtad
- 6 na butil ng bawang, binalatan at gadgad o tinadtad
- 2 medium na kamatis, binalatan (opsyonal) at tinadtad (3 tasa [480 g])
- 2–4 berdeng Thai, serrano, o cayenne chiles, tinadtad
- 1 kutsarang tomato paste
- 1 kutsarang garam masala
- 1 kutsarang pinatuyong dahon ng fenugreek (kasoori methi), bahagyang dinurog ng kamay upang mailabas ang kanilang lasa
- 1 tasa (237 mL) na tubig
- 2 kutsarita ng magaspang na asin sa dagat
- 1 kutsarita red chile powder o cayenne
- 2 katamtamang berdeng kampanilya na paminta, binhihan at diced (2 tasa)
- 2 (14-onsa [397-g]) na pakete ng sobrang matatag na organic na tofu, inihurnong at nakakubo

MGA TAGUBILIN:
a) Sa isang malaki at mabigat na kawali, initin ang mantika sa katamtamang init.
b) Idagdag ang kumin at turmerik. Lutuin hanggang sumirit ang mga buto, mga 30 segundo.
c) Idagdag ang sibuyas, ugat ng luya, at bawang. Magluto ng 2 hanggang 3 minuto, hanggang sa bahagyang kayumanggi, paminsan-minsang pagpapakilos.
d) Idagdag ang mga kamatis, sili, tomato paste, garam masala, fenugreek, tubig, asin, at pulang chile powder. Bahagyang bawasan ang init at kumulo nang walang takip sa loob ng 8 minuto.
e) Idagdag ang bell peppers at lutuin ng isa pang 2 minuto. Idagdag ang tofu at ihalo nang malumanay. Magluto ng isa pang 2 minuto, hanggang sa pinainit. Ihain kasama ng brown o puting basmati **kanin**, roti, o naan.

68.Cumin Patatas Sumira

MGA INGREDIENTS:
- 1 kutsarang mantika
- 1 kutsarang buto ng kumin
- ½ kutsarita asafetida (hing)
- ½ kutsarita ng turmeric powder
- ½ kutsarita ng mangga powder (amchur)
- 1 maliit na dilaw o pulang sibuyas, binalatan at hiniwa
- 1-piraso na ugat ng luya, binalatan at gadgad o tinadtad
- 3 malalaking pinakuluang patatas (anumang uri), binalatan at hiniwa (4 na tasa [600 g])
- 1 kutsarita ng magaspang na asin sa dagat
- 1–2 berdeng Thai, serrano, o cayenne chiles, inalis ang mga tangkay, hiniwa nang manipis
- ¼ tasa (4 g) tinadtad na sariwang cilantro, tinadtad na Katas ng ½ lemon

MGA TAGUBILIN:
a) Sa isang malalim at mabigat na kawali, initin ang mantika sa katamtamang init.
b) Idagdag ang cumin, asafetida, turmeric, at mango powder. Lutuin hanggang sumirit ang mga buto, mga 30 segundo.
c) Idagdag ang sibuyas at ugat ng luya. Magluto ng isa pang minuto, pagpapakilos upang maiwasan ang pagdikit.
d) Idagdag ang patatas at asin. Haluing mabuti at lutuin hanggang sa ang patatas ay uminit.
e) Itaas ang mga sili, cilantro, at lemon katas. Ihain bilang isang side na may roti o naan o pinagsama sa isang besan poora o dosa. Ito ay mahusay bilang isang pagpuno para sa isang veggie sandwich o kahit na inihain sa isang tasa ng lettuce.

69. Buto ng Mustasa Patatas Sumira

MGA INGREDIENTS:
- 1 kutsarang split gram (chana dal)
- 1 kutsarang mantika
- 1 kutsarita ng turmeric powder
- 1 kutsarita ng itim na buto ng mustasa
- 10 dahon ng kari, halos tinadtad
- 1 maliit na dilaw o pulang sibuyas, binalatan at hiniwa
- 3 malalaking pinakuluang patatas (anumang uri), binalatan at hiniwa (4 na tasa [600 g])
- 1 kutsarita ng magaspang na puting asin
- 1–2 berdeng Thai, serrano, o cayenne chiles, inalis ang mga tangkay, hiniwang manipis

MGA TAGUBILIN:
a) Ibabad ang hating gramo sa pinakuluang tubig habang inihahanda mo ang mga natitirang Sangkap.
b) Sa isang malalim at mabigat na kawali, initin ang mantika sa katamtamang init.
c) Idagdag ang turmeric, mustard, curry leaves, at drained split gram. Mag-ingat, ang mga buto ay may posibilidad na mag-pop at ang mga babad na lentil ay maaaring magtilamsik ng langis, kaya maaaring kailangan mo ng isang takip. Magluto ng 30 segundo, pagpapakilos upang maiwasan ang pagdikit.
d) Idagdag ang sibuyas. Lutuin hanggang bahagyang browned, mga 2 minuto.
e) Idagdag ang patatas, asin, at sili. Magluto ng isa pang 2 minuto. Ihain bilang isang side na may roti o naan o pinagsama sa isang besan poora o dosa. Ito ay mahusay bilang isang pagpuno para sa isang veggie sandwich o kahit na inihain sa isang tasa ng lettuce.

70.Repolyo na may Buto ng Mustasa at Niyog

MGA INGREDIENTS:
- 2 kutsarang buo, may balat na itim na lentil (sabut urud dal)
- 2 kutsarang langis ng niyog
- ½ kutsarita asafetida (hing)
- 1 kutsarita ng itim na buto ng mustasa
- 10–12 dahon ng kari, tinadtad nang magaspang
- 2 kutsarang unsweetened shredded coconut
- 1 katamtamang ulo puting repolyo, tinadtad (8 tasa [560 g])
- 1 kutsarita ng magaspang na asin sa dagat
- 1–2 Thai, serrano, o cayenne chiles, inalis ang mga tangkay, hiniwa nang pahaba

MGA TAGUBILIN:
a) Ibabad ang lentil sa pinakuluang tubig upang lumambot ang mga ito habang inihahanda mo ang mga natitirang Sangkap.
b) Sa isang malalim at mabigat na kawali, initin ang mantika sa katamtamang init.
c) Idagdag ang asafetida, mustasa, pinatuyo na lentil, dahon ng kari, at niyog. Painitin hanggang sa lumabas ang mga buto, mga 30 segundo. Mag-ingat na huwag masunog ang mga dahon ng kari o niyog. Ang mga buto ay maaaring lumabas, kaya panatilihing madaling gamitin ang takip.
d) Idagdag ang repolyo at asin. Magluto, regular na pagpapakilos, sa loob ng 2 minuto hanggang sa matuyo ang repolyo.
e) Idagdag ang mga sili. Ihain kaagad bilang mainit na salad, malamig, o may tinapay o naan.

71.String Sitaw na may Patatas

MGA INGREDIENTS:
- 1 kutsarang mantika
- 1 kutsaritang buto ng kumin
- ½ kutsarita ng turmeric powder
- 1 medium pula o dilaw na sibuyas, binalatan at hiniwa
- 1-piraso na ugat ng luya, binalatan at gadgad o tinadtad
- 3 cloves ng bawang, binalatan at gadgad o tinadtad
- 1 katamtamang patatas, binalatan at hiniwa
- ¼ tasa (59 mL) na tubig
- 4 na tasa (680 g) tinadtad na string sitaw (½ pulgada [13-mm] ang haba)
- 1–2 Thai, serrano, o cayenne chiles, tinadtad
- 1 kutsarita ng magaspang na asin sa dagat
- 1 kutsarita red chile powder o cayenne

MGA TAGUBILIN:
a) Sa isang mabigat at malalim na kawali, initin ang mantika sa katamtamang init.
b) Idagdag ang kumin at turmerik, at lutuin hanggang sumirit ang mga buto, mga 30 segundo.
c) Idagdag ang sibuyas, ugat ng luya, at bawang. Lutuin hanggang bahagyang kayumanggi, mga 2 minuto.
d) Idagdag ang patatas at lutuin ng isa pang 2 minuto, patuloy na pagpapakilos. Magdagdag ng tubig para hindi dumikit.
e) Idagdag ang string sitaw. Magluto ng 2 minuto, pagpapakilos paminsan-minsan.
f) Idagdag ang sili, asin, at pulang sili na pulbos.
g) Bawasan ang init sa medium-low at bahagyang takpan ang kawali. Magluto ng 15 minuto, hanggang malambot ang sitaw at patatas. Patayin ang apoy at hayaang umupo ang kawali, natatakpan, sa parehong burner para sa isa pang 5 hanggang 10 minuto.
h) Ihain kasama ng puti o kayumangging basmati **kanin**, roti, o naan.

72.Talong na may patatas

MGA INGREDIENTS:
- 2 kutsarang mantika
- ½ kutsarita asafetida (hing)
- 1 kutsaritang buto ng kumin
- ½ kutsarita ng turmeric powder
- 1 (2-inch [5-cm]) na piraso ng ugat ng luya, binalatan at hiniwa sa ½-pulgada (13-mm) na haba ng mga posporo
- 4 na butil ng bawang, binalatan at tinadtad
- 1 katamtamang patatas, binalatan at tinadtad
- 1 malaking sibuyas, binalatan at tinadtad
- 1–3 Thai, serrano, o cayenne chiles, tinadtad
- 1 malaking kamatis, halos tinadtad
- 4 na katamtamang talong na may balat, halos tinadtad, may kasamang makahoy na dulo
- 2 kutsarita ng magaspang na asin sa dagat
- 1 kutsarang garam masala
- 1 kutsarang ground coriander
- 1 kutsarita red chile powder o cayenne
- 2 kutsarang tinadtad na sariwang cilantro, para sa dekorasyon

MGA TAGUBILIN:
a) Sa isang malalim at mabigat na kawali, initin ang mantika sa katamtamang init.
b) Idagdag ang asafetida, kumin, at turmerik. Lutuin hanggang sumirit ang mga buto, mga 30 segundo.
c) Idagdag ang ugat ng luya at bawang. Magluto, patuloy na pagpapakilos, sa loob ng 1 minuto.
d) Idagdag ang patatas. Magluto ng 2 minuto.
e) Idagdag ang mga sibuyas at sili at lutuin ng isa pang 2 minuto, hanggang sa bahagyang kayumanggi.
f) Idagdag ang kamatis at lutuin ng 2 minuto. Sa puntong ito, gagawa ka ng base para sa iyong ulam.
g) Idagdag ang talong. (Mahalagang panatilihin ang makahoy na mga dulo upang ikaw at ang iyong mga bisita ay maaaring nguyain ang masarap at karne na sentro mamaya.)
h) Idagdag ang asin, garam masala, coriander, at red chile powder. Magluto ng 2 minuto.
i) Ibaba ang apoy, bahagyang takpan ang kawali, at lutuin ng isa pang 10 minuto.
j) Patayin ang apoy, takpan ang kawali nang lubusan, at hayaan itong umupo ng 5 minuto upang ang lahat ng mga lasa ay magkaroon ng pagkakataon na talagang maghalo. Palamutihan ng cilantro at ihain kasama ng roti o naan.

73. Pangunahing Gulay na Curry

MGA INGREDIENTS:
- 250gms gulay - tinadtad
- 1 kutsarita ng langis
- ½ kutsarita buto ng mustasa
- ½ kutsaritang buto ng kumin
- Kurutin asafetida
- 4-5 dahon ng kari
- ¼ kutsarita ng turmerik
- ½ kutsarita ng kulantro pulbos
- Kurutin ang chilli powder
- gadgad na luya
- Mga sariwang dahon ng kulantro
- Asukal / jaggery at asin sa panlasa
- Sariwa o tuyo na niyog

MGA TAGUBILIN:
a) Gupitin ang gulay sa maliliit na piraso (1–2 cm) depende sa gulay.
b) Init ang mantika pagkatapos ay idagdag ang buto ng mustasa. Kapag sila ay pop idagdag ang kumin, luya at natitirang pampalasa.
c) Idagdag ang mga gulay at lutuin. Sa puntong ito maaari mong iprito ang mga gulay hanggang sa maluto o magdagdag ng kaunting tubig, takpan ang kaldero at kumulo.
d) Kapag luto na ang mga gulay magdagdag ng anumang asukal, asin, niyog at kulantro.

74. Masala Brussels Umusbong

MGA INGREDIENTS:
- 1 kutsarang mantika
- 1 kutsaritang buto ng kumin
- 2 tasa (474 mL) Gila Masala
- 1 tasa (237 mL) na tubig
- 4 na kutsara (60 mL) Cashew Krema
- 4 na tasa (352 g) Brussels umusbongs, pinutol at hinati
- 1–3 Thai, serrano, o cayenne chiles, tinadtad
- 2 kutsarita ng magaspang na asin sa dagat
- 1 kutsarita garam masala
- 1 kutsarita ng ground coriander
- 1 kutsarita red chile powder o cayenne
- 2 kutsarang tinadtad na sariwang cilantro, para sa dekorasyon

MGA TAGUBILIN:
a) Sa isang malalim at mabigat na kawali, initin ang mantika sa katamtamang init.
b) Idagdag ang kumin at lutuin hanggang sa sumirit ang mga buto, mga 30 segundo.
c) Idagdag ang North Indian Tomato Sabaw Stock, tubig, Cashew Krema, Brussels umusbongs, chiles, asin, garam masala, coriander, at red chile powder.
d) Pakuluan. Bawasan ang apoy at kumulo nang walang takip sa loob ng 10 hanggang 12 minuto, hanggang sa lumambot ang Brussels umusbongs.
e) Palamutihan ng cilantro at ihain sa ibabaw ng brown o puting basmati **kanin** o may roti o naan.

75. Mga Beet na may Buto ng Mustasa at Niyog

MGA INGREDIENTS:
- 1 kutsarang mantika
- 1 kutsarita ng itim na buto ng mustasa
- 1 katamtamang dilaw o pulang sibuyas, binalatan at hiniwa
- 2 kutsaritang giniling na kumin
- 2 kutsarita ng ground coriander
- 1 kutsarita South Indian masala
- 1 kutsarang unsweetened, ginutay-gutay na niyog
- 5–6 na maliliit na beet, binalatan at diced (3 tasa [408 g])
- 1 kutsarita ng magaspang na asin sa dagat
- 1½ [356 mL] tasa ng tubig

MGA TAGUBILIN:
a) Sa isang mabigat na kawali, init ang mantika sa katamtamang init.
b) Idagdag ang buto ng mustasa at lutuin hanggang sa sumirit, mga 30 segundo.
c) Idagdag ang sibuyas at lutuin hanggang bahagyang kayumanggi, mga 1 minuto.
d) Idagdag ang cumin, coriander, South Indian masala, at niyog. Magluto ng 1 minuto.
e) Idagdag ang mga beets at lutuin ng 1 minuto.
f) Idagdag ang asin at tubig. Pakuluan, bawasan ang apoy, takpan, at kumulo ng 15 minuto.
g) Patayin ang apoy at hayaang umupo ang kawali, natatakpan, sa loob ng 5 minuto upang masipsip ng ulam ang lahat ng lasa. Ihain sa ibabaw ng brown o puti basmati **kanin** o may roti o naan.

76. Grated Masala Squash

MGA INGREDIENTS:
- 2 kutsarang mantika
- 2 kutsaritang buto ng kumin
- 2 kutsarita ng ground coriander
- 1 kutsarita ng turmeric powder
- 1 malaking kalabasa o kalabasa (anumang uri ng winter o summer squash ay gagana), binalatan at gadgad (8 tasa [928 g])
- 1 (2-pulgada [5-cm]) na piraso ng ugat ng luya, binalatan at pinutol ng posporo (⅓ tasa [32 g])
- 1 kutsarita ng magaspang na asin sa dagat
- 2 kutsarang tubig Katas ng 1 lemon
- 2 kutsarang tinadtad na sariwang cilantro

MGA TAGUBILIN:
a) Sa isang malalim at mabigat na kawali, initin ang mantika sa katamtamang init.
b) Idagdag ang kumin, kulantro, at turmerik. Lutuin hanggang sumirit ang mga buto, mga 30 segundo.
c) Idagdag ang kalabasa, ugat ng luya, asin, at tubig. Magluto ng 2 minuto at haluing mabuti.
d) Takpan ang kawali at bawasan ang apoy sa medium low. Magluto ng 8 minuto.
e) Idagdag ang lemon katas at cilantro. Ihain kasama ng roti o naan, o gawin ang ginagawa ko, at ihain sa isang toasted English muffin na nilagyan ng manipis na hiniwang singsing ng dilaw o pulang sibuyas.

77.Kaluskos ng Okra

MGA INGREDIENTS:
- 2 kutsarang mantika
- 1 kutsaritang buto ng kumin
- 1 kutsarita ng turmeric powder
- 1 malaking dilaw o pulang sibuyas, binalatan at tinadtad nang halos
- 1-piraso na ugat ng luya, binalatan at gadgad o tinadtad
- 3 sibuyas ng bawang, binalatan at tinadtad, tinadtad, o gadgad
- 2 libra' okra, hinugasan, pinatuyo, pinutol at pinutol
- 1–2 Thai, serrano, o cayenne chiles, tinadtad
- ½ kutsarita ng mangga pulbos
- 1 kutsarita red chile powder o cayenne
- 1 kutsarita garam masala
- 2 kutsarita ng magaspang na asin sa dagat

MGA TAGUBILIN:

a) Sa isang malalim at mabigat na kawali, initin ang mantika sa katamtamang init. Idagdag ang kumin at turmerik. Lutuin hanggang sa magsimulang sumirit ang mga buto, mga 30 segundo.

b) Idagdag ang sibuyas at lutuin hanggang browned, 2 hanggang 3 minuto. Ito ay isang mahalagang hakbang para sa aking okra. Ang malalaki at makapal na piraso ng sibuyas ay dapat na kayumanggi ang buong at bahagyang karamelo. Ito ay magiging isang masarap na base para sa panghuling ulam.

c) Idagdag ang ugat ng luya at bawang. Magluto ng 1 minuto, pagpapakilos paminsan-minsan.

d) Idagdag ang okra at lutuin ng 2 minuto, hanggang sa maging maliwanag na berde ang okra .

e) Idagdag ang chiles, mango powder, red chile powder, garam masala, at asin. Magluto ng 2 minuto, pagpapakilos paminsan-minsan.

f) Bawasan ang init sa mababang at bahagyang takpan ang kawali. Magluto ng 7 minuto, pagpapakilos paminsan-minsan.

g) Patayin ang apoy at ayusin ang takip upang masakop nito ang kawali nang buo. Hayaang umupo ito ng 3 hanggang 5 minuto upang ma-absorb ang lahat ng lasa.

h) Palamutihan ng cilantro at ihain kasama ng brown o puti basmati **kanin**, roti, o naan.

78. Pampalasa Berde Sabaw

MGA INGREDIENTS:
- 2 kutsarang mantika
- 1 kutsaritang buto ng kumin
- 2 dahon ng cassia
- 1 katamtamang dilaw na sibuyas, binalatan at tinadtad
- 1-piraso na ugat ng luya, binalatan at gadgad o tinadtad
- 10 cloves ng bawang, binalatan at tinadtad
- 1 maliit na patatas, binalatan at tinadtad
- 1–2 berdeng Thai, serrano, o cayenne chiles, tinadtad
- 2 tasa (290 g) na mga gisantes, sariwa o nagyelo
- 2 tasa (60 g) naka-pack na tinadtad na mga gulay
- 6 tasang tubig
- ½ tasa (8 g) tinadtad na sariwang cilantro
- 2 kutsarita ng magaspang na asin sa dagat
- ½ kutsarita ng ground coriander
- ½ kutsarita ng Inihaw Ground Cumin
- Katas ng ½ lemon
- Croutons, para sa dekorasyon

MGA TAGUBILIN:
a) Sa isang malalim, mabigat na kaldero ng sopas, init ang mantika sa katamtamang init.
b) Idagdag ang mga buto ng cumin at dahon ng cassia at init hanggang sa sumirit ang mga buto, mga 30 segundo.
c) Idagdag ang sibuyas, ugat ng luya, at bawang. Magluto ng isa pang 2 minuto, paghahalo paminsan-minsan.
d) Idagdag ang patatas at lutuin ng isa pang 2 minuto.
e) Idagdag ang mga sili, mga gisantes, at mga gulay. Magluto ng 1 hanggang 2 minuto, hanggang sa matuyo ang mga gulay.
f) Idagdag ang tubig. Pakuluan, bawasan ang apoy, at kumulo nang walang takip sa loob ng 5 minuto.
g) Idagdag ang cilantro.
h) Alisin ang cassia o bay leaves at haluin gamit ang immersion blender.
i) Ibalik ang sopas sa kaldero. Idagdag ang asin, kulantro, at giniling na kumin. Ibalik ang sopas sa pigsa. Idagdag ang lemon katas.

79. Patatas, Kuliplor at Tomato Curry

MGA INGREDIENTS:
- 2 katamtamang laki ng patatas, gupitin sa mga cube
- 1 1/2 tasa kuliplor, gupitin sa mga bulaklak
- 3 kamatis r tinadtad sa malalaking piraso
- 1 kutsarita ng langis
- 1 kutsarita buto ng mustasa
- 1 kutsaritang buto ng kumin
- 5-6 na dahon ng kari
- Kurutin ang turmerik - opsyonal
- 1 kutsarita gadgad na luya
- Mga sariwang dahon ng kulantro
- Sariwa o pinatuyong niyog – ginutay-gutay

MGA TAGUBILIN:

a) Init ang mantika pagkatapos ay idagdag ang buto ng mustasa. Kapag sila ay pop idagdag ang natitirang mga pampalasa at magluto ng 30 segundo.

b) Ilagay ang kuliplor, kamatis at patatas kasama ng kaunting tubig, takpan at kumulo, haluin paminsan-minsan hanggang maluto. Magdagdag ng niyog, asin at dahon ng kulantro.

80. Pampalasa Lentil Sabaw

MGA INGREDIENTS:
- 1 tasang pulang lentil (masoor dal), hugasan at ibabad
- 1 sibuyas, pinong tinadtad
- 1 kamatis, tinadtad
- 1 karot, diced
- 1 tangkay ng kintsay, tinadtad
- 2 cloves ng bawang, tinadtad
- 1-pulgada na luya, gadgad
- 1 kutsaritang buto ng kumin
- 1 kutsarita ng turmeric powder
- 1 kutsarita ng kulantro pulbos
- 1/2 kutsarita ng pulang sili na pulbos
- Asin sa panlasa
- 4 tasang sabaw ng gulay o manok
- Mga sariwang dahon ng kulantro para sa dekorasyon

MGA TAGUBILIN:

a) Sa isang palayok, magpainit ng mantika at magdagdag ng mga buto ng cumin. Kapag sila ay tumalsik, magdagdag ng tinadtad na sibuyas, bawang, at luya.

b) Igisa hanggang sa maging translucent ang sibuyas, pagkatapos ay ilagay ang tinadtad na kamatis, turmeric powder, coriander powder, at red chili powder.

c) Magdagdag ng babad na lentil, diced carrots, celery, at asin. Haluing mabuti.

d) Ibuhos ang sabaw at pakuluan ang sabaw. Pakuluan hanggang lumambot ang lentil at gulay.

e) Palamutihan ng sariwang dahon ng kulantro bago ihain.

81.Tomato at Cumin Sabaw

MGA INGREDIENTS:
- 4 malalaking kamatis, tinadtad
- 1 sibuyas, tinadtad
- 2 cloves ng bawang, tinadtad
- 1 kutsaritang buto ng kumin
- 1/2 kutsarita ng pulang sili na pulbos
- 1/2 kutsarita ng asukal
- Asin sa panlasa
- 4 tasang sabaw ng gulay
- Mga sariwang dahon ng kulantro para sa dekorasyon

MGA TAGUBILIN:

a) Sa isang palayok, magpainit ng mantika at magdagdag ng mga buto ng cumin. Kapag sila ay tumalsik, magdagdag ng tinadtad na sibuyas at bawang.
b) Igisa hanggang sa maging golden brown ang sibuyas, pagkatapos ay ilagay ang tinadtad na kamatis, pulang sili, asukal, at asin.
c) Lutuin hanggang malambot at malapot ang mga kamatis.
d) Ibuhos ang sabaw ng gulay at dalhin ang sopas sa isang kumulo.
e) Palamutihan ng sariwang dahon ng kulantro bago ihain.

82. Pampalasa Kalabasa Sabaw

MGA INGREDIENTS:
- 2 tasang kalabasa, diced
- 1 sibuyas, tinadtad
- 2 cloves ng bawang, tinadtad
- 1-pulgada na luya, gadgad
- 1 kutsaritang buto ng kumin
- 1/2 kutsarita ng kulantro pulbos
- 1/2 kutsarita ng cinnamon powder
- Kurot ng nutmeg
- Asin at paminta para lumasa
- 4 tasang sabaw ng gulay
- 1/2 tasa ng gata ng niyog
- Sariwang cilantro para sa dekorasyon

MGA TAGUBILIN:
a) Sa isang palayok, magpainit ng mantika at magdagdag ng mga buto ng cumin. Kapag sila ay tumalsik, magdagdag ng tinadtad na sibuyas, bawang, at luya.
b) Igisa hanggang sa maging translucent ang sibuyas, pagkatapos ay idagdag ang diced kalabasa, coriander powder, cinnamon powder, nutmeg, asin, at paminta.
c) Magluto ng ilang minuto, pagkatapos ay ibuhos ang sabaw ng gulay at kumulo hanggang sa lumambot ang kalabasa.
d) Haluin ang sabaw hanggang makinis, ibalik sa kaldero, at haluin sa gata ng niyog.
e) Palamutihan ng sariwang cilantro bago ihain.

83. Pampalasa Tomato Rasam

MGA INGREDIENTS:
- 2 malalaking kamatis, tinadtad
- 1/2 tasa katas ng sampalok
- 1 kutsarita buto ng mustasa
- 1 kutsaritang buto ng kumin
- 1/2 kutsarita ng itim na paminta
- 1/2 kutsarita ng turmeric powder
- 1/2 kutsarita rasam powder
- Kurot ng asafoetida (hing)
- Mga dahon ng kari
- Mga dahon ng kulantro para sa dekorasyon
- Asin sa panlasa

MGA TAGUBILIN:
a) Sa isang palayok, magpainit ng mantika at magdagdag ng buto ng mustasa. Kapag sila ay tumalsik, magdagdag ng mga buto ng cumin, itim na paminta, at mga dahon ng kari.
b) Magdagdag ng tinadtad na kamatis, turmeric powder, rasam powder, asafoetida, at asin. Lutuin hanggang malambot ang mga kamatis.
c) Ibuhos ang katas ng tamarind at pakuluan ang rasam. Kumulo ng ilang minuto.
d) Palamutihan ng dahon ng kulantro bago ihain.

84. Coriander at Mint Sabaw

MGA INGREDIENTS:
- 1 tasang sariwang dahon ng kulantro
- 1/2 tasa sariwang dahon ng mint
- 1 sibuyas, tinadtad
- 2 cloves ng bawang, tinadtad
- 1 kutsaritang buto ng kumin
- 1/2 kutsarita ng kulantro pulbos
- 1/2 kutsarita ng itim na paminta
- 4 tasang sabaw ng gulay
- Asin sa panlasa
- Lemon wedges para sa paghahatid

MGA TAGUBILIN:

a) Sa isang palayok, magpainit ng mantika at magdagdag ng mga buto ng cumin. Kapag sila ay tumalsik, magdagdag ng tinadtad na sibuyas at bawang.

b) Igisa hanggang sa maging translucent ang sibuyas, pagkatapos ay idagdag ang sariwang dahon ng kulantro, dahon ng mint, pulbos ng kulantro, itim na paminta, at asin.

c) Magluto ng ilang minuto, pagkatapos ay ibuhos ang sabaw ng gulay at kumulo hanggang malambot ang mga halamang gamot.

d) Haluin ang sopas hanggang makinis, ibalik ito sa kaldero, at ayusin ang pampalasa kung kinakailangan.

e) Ihain na may piga ng lemon.

85. Kalabasa Curry na may maanghang na buto

MGA INGREDIENTS:
- 3 tasang kalabasa - tinadtad sa 1-2 cm na piraso
- 2 kutsarang mantika
- ½ kutsarang buto ng mustasa
- ½ kutsarang buto ng cumin
- Kurutin asafetida
- 5-6 na dahon ng kari
- ¼ kutsarang buto ng fenugreek
- 1/4 kutsarang buto ng haras
- 1/2 kutsarang ginadgad na luya
- 1 kutsarang tamarind paste
- 2 kutsara - tuyo, giniling na niyog
- 2 kutsarang inihaw na giniling na mani
- Salt at brown sugar o jaggery sa panlasa
- Mga sariwang dahon ng kulantro

MGA TAGUBILIN:
a) Init ang mantika at idagdag ang buto ng mustasa. Kapag nag-pop sila, idagdag ang cumin, fenugreek, asafetida, luya, dahon ng kari at haras. Magluto ng 30 segundo.
b) Magdagdag ng kalabasa at asin. Idagdag ang tamarind paste o tubig na may laman sa loob. Idagdag ang jaggery o brown sugar. Magdagdag ng giniling na niyog at peanut powder. Magluto ng ilang minuto pa. Magdagdag ng sariwang tinadtad na kulantro.

86. Tamarind Isda Curry

MGA INGREDIENTS:
- 1 1/2 pounds, putiisda, gupitin sa mga tipak
- 3/4 kutsarita at 1/2 kutsarita turmeric powder
- 2 kutsarita ng tamarind pulp, ibabad sa 1/4 tasa ng mainit na tubig sa loob ng 10 minuto
- 3 kutsarang langis ng gulay
- 1/2 kutsarita ng itim na buto ng mustasa
- 1/4 kutsarita ng fenugreek seeds
- 8 sariwang dahon ng kari
- malaking sibuyas, tinadtad
- Serrano berde chilies, seeded at tinadtad
- maliit na kamatis, tinadtad
- 2 pinatuyong pulang sili, halos dinurog
- 1 kutsaritang buto ng kulantro, halos dinurog
- 1/2 tasa ng unsweetened desiccated coconut
- Table salt, sa panlasa
- 1 tasang tubig

MGA TAGUBILIN:

a) Ilagay ang isda sa isang mangkok. Kuskusin ng mabuti ang 3/4 kutsarita ng turmerik at itabi ng mga 10 minuto. Banlawan at patuyuin.

b) Salain ang sampalok at itabi ang likido. Itapon ang nalalabi.

c) Sa isang malaking kawali, init ang langis ng gulay. Idagdag ang buto ng mustasa at buto ng fenugreek. Kapag nagsimula silang mag-sputter, idagdag ang mga dahon ng kari, sibuyas, at berdeng sili. Igisa sa loob ng 7 hanggang 8 minuto o hanggang sa maging kayumanggi ang mga sibuyas.

d) Idagdag ang mga kamatis at lutuin ng isa pang 8 minuto o hanggang sa magsimulang maghiwalay ang mantika sa mga gilid ng pinaghalong. Idagdag ang natitirang 1/2 kutsarita ng turmerik, ang pulang sili, buto ng kulantro, niyog, at asin; haluing mabuti, at lutuin ng isa pang 30 segundo.

e) Idagdag ang tubig at ang pilit na sampalok; pakuluan. Ibaba ang apoy at idagdag ang isda. Magluto sa mahinang apoy sa loob ng 10 hanggang 15 minuto o hanggang sa ganap na maluto ang isda. Ihain nang mainit.

87. Salmon sa Saffron-May lasa Curry

MGA INGREDIENTS:
- 4 na kutsarang langis ng gulay
- 1 malaking sibuyas, pinong tinadtad
- kutsarita Ginger-Garlic Paste
- 1/2 kutsarita ng pulang sili na pulbos
- 1/4 kutsarita ng turmeric powder
- kutsarita ng kulantro pulbos
- Table salt, sa panlasa
- 1-pound salmon, may buto at
- nakakubo
- 1/2 tasa plain yogurt, hinagupit
- 1 kutsarita ng Inihaw Saffron

MGA TAGUBILIN:

a) Sa isang malaking nonstick na kawali, painitin ang langis ng gulay. Idagdag ang mga sibuyas at igisa ng 3 hanggang 4 na minuto o hanggang transparent. Ilagay ang Ginger-Garlic Paste at igisa ng 1 minuto.

b) Idagdag ang pulang sili na pulbos, turmerik, kulantro, at asin; haluing mabuti. Idagdag ang salmon at igisa ng 3 hanggang 4 na minuto. Idagdag ang yogurt at babaan ang apoy. Pakuluan hanggang maluto ang salmon. Idagdag ang safron at haluing mabuti. Magluto ng 1 minuto. Ihain nang mainit.

88. Okra Curry

MGA INGREDIENTS:
- 250g okra (ladies finger) – hiwain sa isang sentimetro na piraso
- 2 kutsarang gadgad na luya
- 1 kutsarang buto ng mustasa
- 1/2 kutsarang buto ng kumin
- 2 kutsarang mantika
- Asin sa panlasa
- Kurutin asafetida
- 2–3 Kutsarang inihaw na peanut powder
- Dahon ng coriander

MGA TAGUBILIN:
a) Init ang mantika at idagdag ang buto ng mustasa. Kapag nag-pop sila, magdagdag ng cumin, asafetida at luya. Magluto ng 30 segundo.
b) Ilagay ang okra at asin at haluin hanggang maluto. Idagdag ang peanut powder, magluto ng isa pang 30 segundo.
c) Ihain kasama ng dahon ng kulantro.

89. Gulay na Coconut Curry

MGA INGREDIENTS:
- 2 katamtamang laki ng patatas, gupitin sa mga cube
- 1 1/2 tasa kuliplor - gupitin sa mga florets
- 3 kamatis r tinadtad sa malalaking piraso
- 1 kutsarang mantika
- 1 kutsarang buto ng mustasa
- 1 kutsarang buto ng cumin
- 5-6 na dahon ng kari
- Kurutin ang turmerik - opsyonal
- 1 kutsarang gadgad na luya
- Mga sariwang dahon ng kulantro
- Asin sa panlasa
- Sariwa o pinatuyong niyog – ginutay-gutay

MGA TAGUBILIN:
a) Init ang mantika pagkatapos ay idagdag ang buto ng mustasa. Kapag sila ay pop idagdag ang natitirang mga pampalasa at magluto ng 30 segundo.

b) Ilagay ang kuliplor, kamatis at patatas kasama ng kaunting tubig, takpan at kumulo, haluin paminsan-minsan hanggang maluto. Dapat mayroong ilang likido na natitira. Kung gusto mo ng dry curry, pagkatapos ay magprito ng ilang minuto hanggang sa sumingaw ang tubig.

c) Magdagdag ng niyog, asin at dahon ng kulantro.

90. Repolyo Curry

MGA INGREDIENTS:
- 3 tasang repolyo - ginutay-gutay
- 1 kutsarita ng langis
- 1 kutsarita buto ng mustasa
- 1 kutsaritang buto ng kumin
- 4-5 dahon ng kari
- Kurutin ang turmeric r opsyonal
- 1 kutsarita gadgad na luya
- Mga sariwang dahon ng kulantro
- Asin para sa panlasa
- Opsyonal – ½ tasa ng berdeng gisantes

MGA TAGUBILIN:
a) Init ang mantika pagkatapos ay idagdag ang buto ng mustasa. Kapag sila ay pop idagdag ang natitirang mga pampalasa at magluto ng 30 segundo.
b) Idagdag ang repolyo at iba pang mga gulay kung ginagamit, paminsan-minsang haluin hanggang maluto nang husto. Kung kinakailangan, maaari kang magdagdag ng tubig.
c) Magdagdag ng asin sa panlasa at dahon ng kulantro.

91. Kuliplor Curry

MGA INGREDIENTS:
- 3 tasang kuliplor - gupitin sa mga bulaklak
- 2 kamatis - tinadtad
- 1 kutsarita ng langis
- 1 kutsarita buto ng mustasa
- 1 kutsaritang buto ng kumin
- Kurutin ang turmerik
- 1 kutsarita gadgad na luya
- Mga sariwang dahon ng kulantro
- Asin sa panlasa
- Sariwa o pinatuyong niyog – hinimay

MGA TAGUBILIN:

a) Init ang mantika pagkatapos ay idagdag ang buto ng mustasa. Kapag sila ay pop idagdag ang natitirang mga pampalasa at magluto ng 30 segundo. Kung gumagamit, idagdag ang mga kamatis sa puntong ito at magluto ng 5 minuto.

b) Idagdag ang kuliplor at kaunting tubig, takpan at kumulo, paminsan-minsan hanggang sa maluto. Kung ang isang tuyo na kari ay ninanais, pagkatapos ay sa huling ilang minuto alisin ang takip at magprito. Magdagdag ng niyog sa huling ilang minuto.

92. Kuliplor at Patatas Curry

MGA INGREDIENTS:
- 2 tasang kuliplor - gupitin sa mga bulaklak
- 2 katamtamang laki ng patatas, gupitin sa mga cube
- 1 kutsarita ng langis
- 1 kutsarita buto ng mustasa
- 1 kutsaritang buto ng kumin
- 5-6 na dahon ng kari
- Kurutin ang turmerik - opsyonal
- 1 kutsarita gadgad na luya
- Mga sariwang dahon ng kulantro
- Asin sa panlasa
- Sariwa o pinatuyong niyog – ginutay-gutay
- Lemon katas - sa panlasa

MGA TAGUBILIN:
a) Init ang mantika pagkatapos ay idagdag ang buto ng mustasa. Kapag sila ay pop idagdag ang natitirang mga pampalasa at magluto ng 30 segundo.
b) Ilagay ang kuliplor at patatas kasama ng kaunting tubig, takpan at kumulo, paminsan-minsan hanggang sa halos maluto.
c) Alisin ang takip at iprito hanggang maluto ang mga gulay at sumingaw ang tubig.
d) Magdagdag ng niyog, asin, dahon ng kulantro at lemon katas.

93. Kalabasa Curry

MGA INGREDIENTS:
- 3 tasang kalabasa - tinadtad sa 1-2 cm na piraso
- 2 kutsarita ng langis
- ½ kutsarita buto ng mustasa
- ½ kutsaritang buto ng kumin
- Kurutin asafetida
- 5-6 na dahon ng kari
- ¼ kutsarita na buto ng fenugreek
- 1/4 kutsarita na buto ng haras
- 1/2 kutsarita gadgad na luya
- 1 kutsarita ng tamarind paste
- 2 kutsara - tuyo, giniling na niyog
- 2 kutsarang inihaw na giniling na mani
- Salt at brown sugar o jaggery sa panlasa
- Mga sariwang dahon ng kulantro

MGA TAGUBILIN:
a) Init ang mantika at idagdag ang buto ng mustasa. Kapag nag-pop sila, idagdag ang cumin, fenugreek, asafetida, luya, dahon ng kari at haras. Magluto ng 30 segundo.
b) Magdagdag ng kalabasa at asin.
c) Idagdag ang tamarind paste o tubig na may laman sa loob. Idagdag ang jaggery o brown sugar.
d) Magdagdag ng giniling na niyog at peanut powder. Magluto ng ilang minuto pa.
e) Magdagdag ng sariwang tinadtad na kulantro.

94. Magprito ng Gulay

MGA INGREDIENTS:
- 3 tasang tinadtad na gulay
- 2 kutsarita gadgad na luya
- 1 kutsarita ng langis
- ¼ kutsarita asafetida
- 1 kutsarang toyo
- Mga sariwang damo

MGA TAGUBILIN:

a) Init ang mantika sa isang kawali. Idagdag ang asafetida at luya. Magprito ng 30 segundo.

b) Idagdag ang mga gulay na kailangang lutuin ng pinakamatagal tulad ng patatas at karot. Magprito ng isang minuto at pagkatapos ay magdagdag ng kaunting tubig, takpan at kumulo hanggang kalahating luto.

c) Idagdag ang mga natitirang gulay tulad ng kamatis, mais at berdeng paminta. Ilagay ang toyo, asukal at asin. Takpan at kumulo hanggang halos maluto.

d) Alisin ang takip at iprito ng ilang minuto pa.

e) Idagdag ang mga sariwang halamang gamot at mag-iwan ng ilang minuto para ang mga halamang gamot ay maghalo sa mga gulay.

95. Tomato Curry

MGA INGREDIENTS:
- 250gms kamatis - tinadtad sa isang pulgadang piraso
- 1 kutsarita ng langis
- ½ kutsarita buto ng mustasa
- ½ kutsaritang buto ng kumin
- 4-5 dahon ng kari
- Kurutin ang turmerik
- Kurutin asafetida
- 1 kutsarita gadgad na luya
- 1 patatas – niluto at minasa – opsyonal – para lumapot
- 1 hanggang 2 kutsarang inihaw na peanut powder
- 1 kutsarang tuyong niyog - opsyonal
- Asukal at asin para sa panlasa
- Dahon ng coriander

MGA TAGUBILIN:
a) Init ang mantika at idagdag ang buto ng mustasa. Kapag sila ay pop idagdag ang kumin, dahon ng kari, turmerik, asafetida at luya. Magluto ng 30 segundo.
b) Idagdag ang kamatis at ipagpatuloy ang paghahalo paminsan-minsan hanggang maluto. Maaaring magdagdag ng tubig para sa mas likidong kari.
c) Idagdag ang Inihaw peanut powder, asukal, asin at niyog kung gagamitin, kasama ang mashed patatas. Magluto ng isa pang minuto. Ihain kasama ng sariwang dahon ng kulantro.

96. Puti Gourd Curry

MGA INGREDIENTS:
- 250 g ra ms' puting lung
- 1 kutsarita ng langis
- ½ kutsarita buto ng mustasa
- ½ kutsaritang buto ng kumin
- 4-5 dahon ng kari
- Kurutin ang turmerik
- Kurutin asafetida
- 1 kutsarita gadgad na luya
- 1 hanggang 2 kutsarang inihaw na peanut powder
- Brown sugar at asin sa panlasa

MGA TAGUBILIN:

a) Init ang mantika at idagdag ang buto ng mustasa. Kapag sila ay pop idagdag ang kumin, dahon ng kari, turmerik, asafetida at luya. Magluto ng 30 segundo.

b) Ilagay ang puting kalabasa, kaunting tubig, takpan at kumulo, haluin paminsan-minsan hanggang maluto.

c) Idagdag ang Inihaw peanut powder, asukal at asin at lutuin ng isa pang minuto.

97. Pinaghalong Gulay at Lentil Curry

MGA INGREDIENTS:
- ¼ tasa ng toor o mung dal
- ½ tasang gulay – hiniwa
- 1 tasang tubig
- 2 kutsarita ng langis
- ½ kutsaritang buto ng kumin
- ½ kutsarita gadgad na luya
- 5-6 na dahon ng kari
- 2 kamatis - tinadtad
- Lemon o tamarind sa panlasa
- Jaggery sa panlasa
- ½ asin o panlasa
- Sambhar masala
- Dahon ng coriander
- Sariwa o tuyo na niyog

MGA TAGUBILIN:
a) Pakuluan ang toor dal at mga gulay sa isang pressure cooker 15-20 minuto (1 sipol) o sa isang palayok.
b) Sa isang hiwalay na kawali magpainit ng mantika at magdagdag ng mga buto ng cumin, luya at dahon ng kari. Magdagdag ng mga kamatis at magluto ng 3-4 minuto.
c) Magdagdag ng sambhar masala mixture at vegetable dal mixture.
d) Pakuluan nang isang minuto at pagkatapos ay idagdag ang tamarind o lemon, jaggery at asin. Pakuluan ng 2-3 minuto pa. Palamutihan ng niyog at kulantro

98. Katas ng Pineapple-Ginger

MGA INGREDIENTS:
- 2 tasang mga tipak ng pinya
- 1-pulgada na piraso ng lokal na luya, gadgad
- 1 tasang tubig
- Katas ng 1 kalamansi
- Honey o pampatamis na mapagpipilian sa panlasa
- Yelo

MGA TAGUBILIN
a) Sa isang blender, pagsamahin ang mga tipak ng pinya, gadgad na luya, tubig, katas ng kalamansi, at pulot.
b) Haluin hanggang makinis at maayos na pinagsama.
c) Tikman at ayusin ang tamis at kaasiman ayon sa ninanais.
d) Punan ang mga baso ng ice cubes at ibuhos ang pineapple-ginger katas sa ibabaw ng yelo.
e) Haluing malumanay at hayaang lumamig ng ilang minuto.
f) Ihain ang pineapple-ginger katas na malamig para sa isang nakakapreskong at mabangong inumin.

99. Passion Prutas Katas

MGA INGREDIENTS:
- 8-10 hinog na passion prutas
- 4 tasang tubig
- Asukal o pulot sa panlasa
- Yelo

MGA TAGUBILIN
a) Gupitin ang mga passion prutas sa kalahati at i-scoop ang pulp sa isang blender.
b) Magdagdag ng tubig sa blender.
c) Haluin sa mataas na bilis sa loob ng ilang segundo hanggang sa maihalo ang pulp at tubig.
d) Salain ang katas sa isang pitsel para maalis ang mga buto.
e) Magdagdag ng asukal o pulot ayon sa panlasa at haluing mabuti hanggang sa matunaw.
f) Punan ang mga baso ng mga ice cubes at ibuhos ang passion prutas katas sa ibabaw ng yelo.
g) Haluing malumanay at hayaang lumamig ng ilang minuto.
h) Ihain nang malamig ang passion prutas katas at tangkilikin ang tropikal at tangy na lasa nito.

100. Tilapia Fry

MGA INGREDIENTS:
- 2 katamtamang laki ng tilapia isda, nilinis at nilinis
- 1 kutsarita ng turmeric powder
- 1 kutsarita ng paprika
- 1 kutsarita ng ground cumin
- 1 kutsarita ng ground coriander
- 1 kutsarita ng bawang pulbos
- 1 kutsarita luya pulbos
- 1 kutsarita ng asin, o panlasa
- Langis ng gulay para sa pagprito
- Lemon wedges para sa paghahatid
- Mga sariwang dahon ng kulantro para sa dekorasyon (opsyonal)

MGA TAGUBILIN

a) Banlawan ang tilapia isda sa ilalim ng malamig na tubig at patuyuin ang mga ito gamit ang mga tuwalya ng papel.

b) Sa isang maliit na mangkok, paghaluin ang turmeric powder, paprika, ground cumin, ground coriander, garlic powder, ginger powder, at asin upang makagawa ng timpla ng pampalasa.

c) Kuskusin ang timpla ng spice sa buong isda ng tilapia, tiyaking nababalot nito ang magkabilang gilid at napupunta sa mga hiwa na ginawa sa isda para sa mas mahusay na pagtagos ng lasa. Hayaang mag-marinate ang isda ng mga 15-30 minuto para ma-infuse ang mga lasa.

d) Init ang mantika ng gulay sa isang malaking kawali o kawali sa katamtamang init.

e) Kapag mainit na ang mantika, maingat na ilagay ang adobong tilapia isda sa kawali, isa-isa. Maging maingat upang maiwasan ang pagsisikip sa kawali.

f) Iprito ang isda ng mga 4-5 minuto sa bawat panig o hanggang sa maging golden brown at maluto. Ang oras ng pagluluto ay maaaring mag-iba depende sa laki at kapal ng isda.

g) Kapag luto na ang isda, alisin ang mga ito mula sa kawali at patuyuin sa isang plato na nilagyan ng tuwalya ng papel upang alisin ang anumang labis na mantika.

h) Ulitin ang proseso sa anumang natitirang isda, pagdaragdag ng higit pang langis sa kawali kung kinakailangan.

i) Pigain ang ilang sariwang lemon katas sa ibabaw ng isda bago ihain para sa dagdag na tanginess. Palamutihan ng sariwang dahon ng kulantro, kung ninanais.

KONGKLUSYON

Habang tinatapos namin ang aming masasarap na paglalakbay sa pamamagitan ng "Ang Ultimate Islas Aklat ng pagluluto," umaasa kaming naranasan mo ang mahika at pagkakaiba-iba ng lutuing isla sa ginhawa ng iyong sariling kusina. Ang bawat recipe sa loob ng mga page na ito ay isang pagpupugay sa masaganang tapiserya ng mga lasa na tumutukoy sa mga isla ng Indian, Atlantic, at Pacific Ocean—isang pagdiriwang ng mga kakaibang tradisyon sa pagluluto, makulay na sangkap, at ang kasaganaan ng mga dagat.

Natikman mo man ang init ng isang coconut-infused curry, nagpakasawa sa pagiging bago ng inihaw na pagkaing-dagat, o natuwa sa tamis ng isang tropikal na dessert ng prutas, nagtitiwala kami na ang 100 recipe na ito ay nagdala sa iyo sa puso ng buhay isla. Higit pa sa mga sangkap at diskarte, nawa'y manatili sa iyong kusina ang diwa ng pamumuhay sa isla, na nagbibigay-inspirasyon sa iyong itanim sa iyong mga pagkain ang mga lasa, tradisyon, at masayang espiritu na tumutukoy sa karanasang ito sa pagluluto.

Habang patuloy mong ginalugad ang magkakaibang mundo ng lutuing isla, nawa'y ang "Ang Ultimate Islas Aklat ng pagluluto" ang maging iyong kasama, na gagabay sa iyo sa mga isla ng Indian, Atlantic, at Pacific Ocean, at nag-aalok ng lasa ng mga culinary treasure na iniaalok ng bawat rehiyon. Narito ang lasa ng masigla at kakaibang lasa ng pamumuhay sa isla—bon appétit!

www.ingramcontent.com/pod-product-compliance
Lightning Source LLC
Chambersburg PA
CBHW071319110526
44591CB00010B/953